IV

the Principal, S. V. University College was made the *ex-officio* Director of the Institute until 1968 during which period 6 more volumes of S. V. U. O. Journal ending with Vol. VII of 1964 were issued

It is in July, 1968 the present Director took independent charge of the Institute. The Journal is brought uptodate issuing 9 more volumes, i. e. from Vol. VIII of 1965 to Vol. XVI of 1973 in quick succession. The matter for Part I of Vol. XVII (1974) is under the process of printing. Book publication work also is taken up and 8 works are already released and one more is in the press. Thanks to the dynamic personality of Dr. D. Jaganatha Reddy our beloved Vice-Chancellor whose encouragement is always far ahead of our performance

TIRUPATI,
1st July, 1974.

J. CHENNA REDDY,
EDITOR.

INTRODUCTION

It is by sheer accident that I laid my hands on a Telugu palm-leaf manuscript No. D. 571 preserved in the Manuscripts Library attached to S.V. University Oriental Research Institute, Tirupati, during my search for a rare and hitherto unpublished Telugu manuscript for editing and publishing under S.V. University Oriental Series of this Institute. On close scrutiny and after reading through a few folios of the text I could proudly announce that I secured the manuscript of *Pradyumnacaritramu* an exceptionally worthy metrical work in Telugu written by Muppirala Subbaraya Kavi who is supposed to have flourished in the latter half of the eighteenth century. This work is a unique one for the fact that it is a very rare and at the same time an unpublished manuscript and surprisingly enough not given due publicity by later poets though its poetry possessed all the literary merits enumerated by the rhetoricians.

This Institute Library has acquired three manuscripts of this work—one written on palm-leaf the other two written on paper. Both the paper manuscripts are only transcripts of that palm-leaf manuscript. This palm-leaf manuscript No. D 571—bundle number 332—originally belonged to Madras Government Oriental Manuscripts Library, Madras Along with a few thousands of Telugu manuscripts this work also was transferred in 1962 to S.V.U.O.R. Institute Library forming part of a share that fell to Andhra State when it was carved out of composite Madras State.

Information about the existence of some more manuscripts of *Pradyumnacaritramu* was gathered but they were not available to me due to some unavoidable circumstances In Part II of 'Andhra Vangmaya Suchika' of the unpublished Telugu works prepared and printed in 1929 by Andhra Patrika Karyalayamu, Madras, it is mentioned that a copy of this Manuscript was available in the Manuscripts Library attached to 'Sahitya Parishad Patrika' office at Kakinada. But as it was a transition period when the Government of Andhra Pradesh has acquired possession of that

Library during the period I had begun the editing of this work at Tirupati, I could not secure it.

On the back cover page of ' Satyabhama Santvanamu ' by Linganamakhi Srikameswara Kavi published by Sri K.G. Murti from Machilipatnam in 1937, a list of forthcoming publications was given in which *Pradyumnacaritramu* of Muppirala Subbaraya-kavi was included. But upto now it has not been published   It is presumed that the said publishers of Machilipatnam had in their view the manuscript of that work preserved at Kakinada only.

On pages 527 to 529 of Volume II—Sringara Prabandhas of the Descriptive Catalogue of the Telugu manuscripts printed by Government Oriental Manuscripts Library, Madras in the year 1921 some extracts from *Pradyumnacaritramu* are given where-from particulars about the author Subbarayakavi could be gathered. This part incidentally has been of considerable help in emending the lacunae in the text of the manuscript caused by worms during the period of intervening fifty years.

Pradyumnacaritramu extends over six cantos (Asvasas) con-taining a sum total of six hundred and twenty verses written on both sides of seventy one palm-leaves. The size of each palm-leaf is approximately 38.0 cm x 3 5 cm. As the scribe Chakkilala Venkatesayya desired evidently to start each canto on a fresh leaf, second side of the leaves at the end of first, second, fourth and fifth cantos were left blank.

'Krishnabhyudayamu' can be taken as the last work of Subba-raya kavi In the introductory part of that work the names of three more works namely, Pradyumnacaritramu, Savitricaritramu (in Dvipada or couplet), and Bhadradrirama Satakamu are mentioned as his earlier compositions But except the first and the last—both Prabandhas—the other two works are not available to us.

The scribe Venkatesayya has left some clues with regards to the time of composition of these works at the end of the manuscript of Krishnabhyudayamu. He has recorded therein that he has prepared a copy of that work under the personal super-vision of the author himself and completed it on the fourth day of the Solar month ' Thai ' in the year Sarvari (January, 1781 A.D.)

recording at the same time the date on which the author had completed the composing of Krishnabhyudayamu as the fifth day of the bright half of the month Margasirsha in the year Vikrti which will be November, 1770 A.D. Based on this the date of composition of *Pradyumnacaritramu* can be conveniently taken back to a period between 1760 and 1770 A.D.

Sri Kandukuri Viresalingampantulu has stated in his first edition of 'Andhrakavula Charitramu' printed in the year 1897 A.D. that Muppirala Subbarayakavi the author of *Pradyumnacaritramu* might have lived a little over a hundred years ago The observation of Sri Viresalingampantulu also almost agrees with the period between 1760 and 1770 A D

In this connection I wish to make a reference to a manuscript of ' Kalapurnodayamu ' preserved in Madras Government Oriental Manuscripts Library, Madras, believed to have been given by Muppirala Subbarayalu. That copy has been made use of by C P Brown at about 1848 A.D. This Subbarayalu might have been most probably a grandson of the author of *Pradyumnacaritramu*

Muppirala Subbarayakavi has dedicated his last work ' Krishna-bhyudayamu ' to one Chakkilala Seshayarya a wealthy cousin of himself. The scribe of both Pradyumnacaritramu and Krishna-bhyudayamu is one individual by name Chakkilala Venkatesayya. It is evident from the introductory part of Krishnabhyudayamu that Muppirala family is related to Chakkilala family. Descendants of both the families are still living in Nellore Town and in the surrounding areas. So it can be convincingly determined that the author Muppirala Subbarayakavi belonged to Nellore District.

The story of Pradyumna, the celebrated son of Srikrishna and Rukmini is given in the Mahabhagavata Purana and also in the Harivamsa — an appendage to the great epic Mahabharata Subbarayakavi has taken this plot from the above two works and rendered it into a *Prabandha* a summary of which is given below:

Even when Pradyumna was an infant, a demon by name Sambara carried him stealthily and dropped him in an ocean, believing in an evil voice from the heavens. The child providentially escaped death and was brought up by Rati or Mayavati who was none other than the wife of Pradyumna in his previous birth. On attaining age, having been induced by Rati, Pradyumna invited Sambara for a duel and killed him.   Thereon Pradyumna joined his parents at Dwaraka with his wife

A svayamvara was arranged to Rukmavathi, the daughter of Pradyumna's maternal uncle Rukmi at Bhojapuri and was given good publicity. Pradyumna also attended that svayamvara where Rukmavathi chose him to be her consort.   The marriage was celebrated with great pomp at Bhojapuri and all ended happily.

పరిచయము

శ్రీ వేంకటేశ్వర విశ్వవిద్యాలయ ప్రాచ్యపరిశోధనశాలకు అనుబంధముగ నున్న హస్త లిఖిత ప్రతుల గ్రంథాలయమునుండి ఇదివఱకు ప్రచురింపబడనిదియు, ఉత్తమ కవితాగుణము కలదియు నగు నేదేనొక ప్రాచీనాంధ్ర పద్యకావ్యమును గ్రహించి దానిని పరిష్కరించి ప్రకటింపవలయునన్న తలంపుతో నట్టిదానికొఱకు వెదకుచుండ తలవనితలంపుగా ముప్పిరాల సుబ్బరాయకవి కృతమగు 'ప్రద్యుమ్న చరిత్ర' మను నాలాశ్వాసముల ప్రబంధము నాకు లభించినది. పరిశీలించి చూడ నేను భావించిన లక్షణము లన్నియు దాని యందు కన్పించినవి. స్థాలీపులాకన్యాయమున జదివి చూడగా నందలి కవిత్వ మెంతయు శ్రేష్ఠమై రచనా వైశిష్ట్యమున ప్రద్యుమ్న చరిత్రము, వసుచరిత్రము మున్నగు నుత్తమప్రబంధముల కోవకు జెందినదను విశ్వాసము కుదిరినది. ఆ గ్రంథము పదునెనిమిదవశతాబ్దపుటుత్తరార్ధమునందు రచింపబడినట్లు నిర్ణయించుటకు తగిన యాధారము లున్నవి.

మూలప్రతి

D. 571 సంఖ్యగల యీ ప్రద్యుమ్న చరిత్రము తాళపత్ర ప్రతి మొదట మదరాసు ప్రభుత్వ ప్రాచ్యలిఖిత గ్రంథభాండాగారమున నుండినది. ఇది డెబ్బది యొక్క తాళపత్రములపై రెండువైపుల వ్రాయబడియున్నది. ఈ తాళపత్ర ప్రతికే నకలుగా వ్రాయబడిన R. 1742 సంఖ్యగల కాగితపు ప్రతియు ఒకటి అందే కలదు. 1953వ సంవత్సరమున అవిభక్త మదరాసు రాష్ట్రమునుండి ఆంధ్రరాష్ట్రము విడివడినప్పుడు ఆంధ్రులకు దాయభాగ రూపముగా నిర్ణయింపబడిన కొన్నివేల తెలుగు వ్రాతప్రతులతోగూడి ఇవి రెండును 1962వ సంవత్సరమున మదరాసునుండి శ్రీ వేంకటేశ్వరవిశ్వవిద్యాలయ ప్రాచ్యపరిశోధనశాలా గ్రంథాలయమునకు చేర్పబడినవి. అదివరకే తిరుపతి ప్రాచ్యపరిశోధనాలయమున $\frac{7233}{2}$ అను సంఖ్యగల ప్రద్యుమ్న చరిత్రము కాగితపుప్రతి యొకటి కలదు. కాని అదికూడ D. 571 సంఖ్యగల తాళపత్ర ప్రతికి పుత్రికయే.

ప్రత్యంతరములు

ప్రద్యుమ్నచరిత్ర కావ్యము లిఖితప్రతులు చాల తక్కువగా నున్నట్లే కాన్పించుచున్నవి. పై నుల్లేఖించిన ప్రతికి తోడుగ మఱియొక ప్రతి కాకినాడ ఆంధ్ర సాహిత్య పరిషత్పుస్తక భాండాగారమునందున్నట్లు కాశీనాథుని నాగేశ్వర రావు పంతులు ప్రకటించిన 'ఆంధ్ర వాఙ్మయ సూచిక-అముద్రిత గ్రంథముల పట్టిక' నుండి తెలియుచున్నది. నేను ఈ గ్రంథపరిష్కరణ కార్యము ప్రారంభించు నాటికి అప్పుడప్పుడే పై కాకినాడ గ్రంథాలయమును ఆంధ్రప్రదేశప్రభుత్వము స్వాధీనపఱచుకొని దాని కింకను సరియైన పాలనావ్యవస్థ నేర్పాటుచేయని స్థితిలో నుండినది. అందువలన ప్రయత్నించియు నేనందలి లిఖితప్రతిని చూడజాల నైతిని.

మచిలీపట్టణము 'శృంగార గ్రంథమండలి' వారు 1937 లో లింగన మఖి శ్రీకామేశ్వరకవి రచించిన 'సత్యభామాసాంత్వన' మను శృంగార గ్రంథ మును ప్రకటించుచు, దాని వెనుకప్రక్క 'ముందుప్రకటింపబోవు గ్రంథములు' అని పేర్కొనిన పట్టికలో ముప్పిరాల సుబ్బరాయకవి ప్రద్యుమ్నచరిత్రము పేరు నిచ్చియున్నారు. తరువాత ఈ గ్రంథము ప్రాయశః సత్యభామాసాంత్వనము కోవలోనికి చేరదను కారణముచేతనో మఱెందులకో కాని వారు దానిని ప్రకటింపనే లేదు. ఈ శృంగార గ్రంథమండలివారు కాకినాడయందలి ప్రద్యుమ్న చరిత్రము వ్రాతప్రతి యాధారముగనే దానిని ప్రకటింపదలచియుందురని యూహింపవచ్చును.

ప్రద్యుమ్నచరిత్రమును పరిష్కరించు సమయమున నాకు D. 571 సంఖ్యగల తాళపత్రప్రతి యొకటియే పూర్తిగ ఉపయోగపడినదనవచ్చును. ఈ ప్రతియందలి యక్షరములు మిక్కిలి స్పష్టముగ వ్రాయబడియున్నవి. ఎచ్చటనైన కొన్నియక్షరములు క్రిమిదష్టములై రూపుమాసియుండిననే తప్ప ఏ పట్టునను సందేహమునకు తావులేదు. R. 1742, 7233/2 సంఖ్యలుగల కాగితపు ప్రతులు రెండును D 571 ప్రతికి పుత్రికలే కావున నకలు చేసినవారి యసమర్థతవలననో, నిర్లక్ష్యభావముననో లేని దొసగులు కొన్ని దొరలి యుండుట తప్ప ఇతర విశేషములెవ్వియు లేనందున నవి రెండును నాకంతగా ఉపకరింపలేదు. మదరాసుప్రభుత్వ ప్రాచ్యలిఖిత పుస్తకభాండాగారమువారు 1921 లో ప్రకటించిన Descriptive Catalogue రెండవ సంపుటము (శృంగార ప్రబంధములు) పుటలు 522–529 నడుమ ప్రద్యుమ్న చరిత్రమును గూర్చిన

వివరణము కొంత కలదు. గ్రంథము ఆద్యంతములందలి కొంతభాగముకూడ అందుద్ధరింపబడినది. ఈ యేబది సంవత్సరముల మధ్యకాలమున ఆ భాగము గల తాళపత్రములలో నేపైన నక్షరలోపములున్న నది సాయపడినదనియే చెప్పవచ్చును.

గ్రంథస్వరూపము

ప్రద్యుమ్నచరిత్రము ఆఱాశ్వాసముల ప్రబంధము. అందు

ప్రథమాశ్వాసమున	84	పద్య	గద్యములును
ద్వితీయాశ్వాసమున	100	,,	,,
తృతీయాశ్వాసమున	105	,,	,,
చతుర్థాశ్వాసమున	147	,,	,,
పంచమాశ్వాసమున	97	,,	,,
షష్ఠాశ్వాసమున	87	,,	,,

మొత్తము 620 పద్య గద్యములు కలవు. ఇందు సంస్కృత చ్ఛందములు, దేశిచ్ఛందములు అన్ని ప్రబంధములలో వలెనే సామాన్యముగా ప్రయోగింపబడినవి. విశేషచ్ఛందములు పది మాత్రమే కలవు. ప్రథమాద్యాశ్వాసాంతములం దొక్కొక్కదానియందొక్కొక్కటిగా క్రమముగా మాలిని, భుజంగ ప్రయాతము, ఉత్సాహ, తోటకము, స్రగ్విణి, పృథ్వీ - వృత్తములును, చతుర్థాశ్వాసమున విష్ణుస్తుతియం దొక దండకమును, పుష్పాపచయ సందర్భమున నొక వృషభగతి రగడయు, ద్వితీయాశ్వాసమధ్యమున నొక మత్తకోకిల, ఒక తరలయు మచ్చునకేమో యన్నట్లు కాన్పించుచున్నవి.

సంస్కృతచ్ఛందములలో చంపకమాలలు	91	
ఉత్పలమాలలు	66	
మత్తేభ విక్రీడితములు	48	
శార్దూల విక్రీడితములు	28	యును
దేశిచ్ఛందములలో కంద పద్యములు	143	
తేటగీతులు	116	
సీస పద్యములు	81	
ఆట వెలదులు	6	మాత్రమే.

వాడబడినవి. ఆటవెలది కడపటగల సీసపద్యములు మొత్తములో 3 మాత్రమే కలవు. ఇది ప్రబంధ సామాన్య లక్షణమే. గద్యభాగము ముద్రితగ్రంథము 144 పుటలలో దాదాపుగా 12 పుటల పరిమితి కలిగియుండును. ఇది గ్రంథములో పంద్రెండింట నొక పాలు మాత్రమే.

ఇతర రచనలు

ముప్పిరాల సుబ్బరాయకవియే రచించిన 'కృష్ణాభ్యుదయము' ప్రథమాశ్వాసమున ఆ కావ్యమును కృతి నందిన చక్కిలాల శేషయార్యుడు కవిని ఆహ్వానించి

"అతిశయోత్ప్రేక్షోపమాద్యలంకారము
ల్దొలుకంగ ముద్దులు గులుకు ఫణితిఁ
బద్యకావ్యముగాఁగఁ బ్రద్యుమ్నచరితంబు
రసికు లౌననఁగను రచన చేసి
తలరుచు ద్విపదగా వెలయసావిత్రి చ
రిత్ర యొనర్చితి చిత్రలీల
భద్రాద్రిఁదగు రామభద్రునిపై నొక్క
శతకంబుఁ బలికితి చతురఫణితి

నేయెడ నరస్తుతులు నీవు నేయ వైవ
భ్రాతృవాత్సల్య మెసఁగఁ బ్రబంధ మొకటి
చెప్పి మా కంకితంబుగాఁ జేయు మిపుడు
సుకవిమతగుణసముదాయ! సుబ్బరాయ!"

అని ప్రార్థించినట్లున్నది. ఈ పద్యమువలన 'కృష్ణాభ్యుదయము' సుబ్బరాయ కవి కృతులలో కడపటిదని నిర్ణయింపవచ్చును. ఇందు ఈ కవి రచితములుగా జెప్పబడిన సావిత్రిచరిత్రము (ద్విపద), భద్రాద్రి రామ (భద్ర) శతకము నను రెండు గ్రంథములు మన దురదృష్టవశమున కాలగర్భమున గలిసిపోయినవి. కందుకూరి వీరేశలింగం పంతులు తన 'ఆంధ్రకవుల చరిత్రము — మూడవ భాగము'న ప్రద్యుమ్న చరిత్రమును పేర్కొనియు 'ఈ కవి యెప్పటివాడో తెలియరాలేదు గాని నూఱు సంవత్సరములకంటె పూర్వపువాడు' అని మాత్రమే

వ్రాసి పై సీసపద్యముతోపాటు శైలిని దెలుపుటకై మచ్చునకు మఱి నాలుగు పద్యములను కృష్ణాభ్యుదయము నుండియే ఉదాహరించి యున్నారు. దీనినిబట్టి శ్రీ వీరేశలింగం పంతులకు ప్రద్యుమ్నచరిత్రప్రతి లభింపలేదనియే తలంపవలసి యున్నది. లభించియేయుండిన అందుండియు కొన్నిపద్యముల నుదాహరించి యుండెడివాడే కదా!

కాలము

ముప్పిరాల సుబ్బరాయకవి రచియించిన కడపటికృతి కృష్ణాభ్యుదయ మని ఇప్పటికి లభించిన యాధారములను బట్టి స్పష్టమయినది. ఈ కావ్యమును తాటియాకులపై ప్రతి వ్రాసికొన్న వ్రాయసకాడు చక్కిలాల వేంకటేశయ్య. కృష్ణాభ్యుదయము D. 475 తాళపత్రప్రతి తృతీయాశ్వాసాంతమున

"శార్వరినామ సం॥రం కార్తికినెల తే ౧౨ ది ౧౨ ఘంటల వేళకు చక్కిలాల వేంకటేశం యీ ఆశ్వాసం సంపూర్ణంగా వ్రాయవయినది" అనియు, పంచమాశ్వాసాంతమున (కావ్యము చివర)

"వికృతినామ సం॥ మార్గశిర శుద్ధ పంచమీలు వరకు ముప్పిరాల సుబ్బరాయలు వ్రాసిన కృష్ణాభ్యుదయ ప్రబంధానకు నకలుగా వారే శార్వరినామ సం॥ తయి నెల ౪ వ తేదీని వేంకటేశయ్య చేత వ్రాయించినారు"

అనియు కలదు. అట్లే D. 571 ప్రద్యుమ్న చరిత్రము కడపట "శార్వరి నామ సం॥రం మాశినెల తే ౧౪ దీల వర్కు చక్కిలాల వేంక్కటేశయ వ్రాశ్ని ప్రద్యుమ్నచరిత్ర సంపూర్ణం" అనియు కలదు.

వ్రాయసకాని ఈ వక్కణమునుబట్టి కృష్ణాభ్యుదయ కావ్యము రచన వికృతినామ సంవత్సరము మార్గశిర శుద్ధ పంచమి నాటికి పూర్తియైనదనియు గ్రంథకర్త సుబ్బరాయలు శార్వరినామ సంవత్సరము తై నెల 4 వ తేదివఱకు జీవించియుండి తన స్వీయపర్యవేక్షణమున చక్కిలాల వేంకటేశయ్యచేత ఆ గ్రంథము ప్రతిని వ్రాయించెననియు తెలియుచున్నది. ఈ వికృతి సంవత్సర మార్గశిరము క్రీ. శ. 1770 యందొకసారియు, మఱల నఱువది సంవత్సరము లకు క్రీ. శ. 1830 యందొకసారియు వచ్చినది. అట్లే శార్వరి సంవత్సరము

తై నెలకూడ క్రీ. శ. 1781 యందును మఱల క్రీ. శ. 1841 యందును వచ్చినది. సుబ్బరాయకవి రచించిన గ్రంథములు రెండింటికి చక్కిలాల వేంకటేశయ్యయే వ్రాయసకాడు. మనకు లభించుచున్న ప్రతులన్నియు తాళపత్రప్రతులే. కాగితపు ప్రతులున్నను అవి వానికి వెనుక నెప్పుడో ఇతరులు వ్రాసికొన్న వకల్లే. క్రీ. శ. 1841 నాటికి భారతదేశముననేకాక ఆంధ్రదేశమునకూడ ముద్రణ యంత్రములు విరివిగా స్థాపింపబడి వందలు వేలుగా పుస్తకములు కాగితముపై ముద్రింపబడుచుండ, వేంకటేశయ్య తాటాకుపై శ్రమసాధ్యమైన చెక్కడపుబని చేయవలసిన యవసరము కన్పింపదు. ఒకవేళ ఏ కొందఱో ఛాందసులు గ్రంథమును తాటియాకుపై వ్రాయుట ఒక పవిత్ర కార్యముగా భావించువారున్నను శ్రీ వీరేశలింగం పంతులు తన జననకాలము (1848)నకు అంత దగ్గఱలో వ్రాయబడిన తాళపత్రప్రతులను చూచి తన ఆంధ్రకవుల చరిత్రము–ప్రథమ ముద్రణమున (1897)–ముప్పిరాల సుబ్బరాయకవి అప్పటికి నూఱేండ్లకు పూర్వపువాడు – అని వ్రాసియుండడు. కావున వేంకటేశయ్య కృష్ణాభ్యుదయము తాళపత్ర ప్రతిని వ్రాసిన సంవత్సరము క్రీ. శ. 1841 కాక క్రీ. శ. 1781 అనుటయే మిక్కిలి యుచితము. కృష్ణాభ్యుదయ రచనాకాలము క్రీ. శ. 1770 యని తెలిసినది కాన తత్పూర్వ రచనయగు ప్రద్యుమ్న చరిత్రము మఱొక పది సంవత్సరములకు ముందే రచింపబడియుండుననుట మిక్కిలి సంభావ్యము. కావున మన యీ కృతి క్రీ. శ. 1760–70 నడుమ రచింపబడెనని విశ్వసింపవచ్చును.

ముప్పిరాల సుబ్బరాయలు ఇచ్చినట్లున్న కళాపూర్ణోదయ లిఖిత ప్రతి యొకటి మదరాసు ప్రభుత్వ ప్రాచ్యలిఖిత పుస్తక భాండాగారమున నున్నదని శ్రీమల్లాది సూర్యనారాయణశాస్త్రి తాను పరిష్కరించి ప్రకటించిన కళాపూర్ణోదయము పీఠికలో వ్రాసియున్నారు. ప్రాయశః ఆ సుబ్బరాయలు మన గ్రంథకర్తకు పౌత్రుడో, ఆతని వంశీయుడో అయియుండును.

అభిజనము

ముప్పిరాల సుబ్బరాయకవి కౌండిన్యగోత్రుడు, ఆపస్తంబ సూత్రుడు. ఆయన పితామహుడు కృష్ణపండితుడు, పితామహి యశోదాదేవి ? తల్లి అలమేల్మంగాంబిక, తండ్రి కేశవయ్య. సుబ్బరాయకవి తన కృష్ణాభ్యుదయ

కావ్యమును చక్కిలాల శేషయార్యున కంకితమిచ్చెను. ఈ శేషయార్యుడు మిత్ర బంధుజనంబులు కొలువ విద్వజ్జన వేష్టితుండై సభామధ్యంబున గూర్చుండి యుండి తన్ను ఆహ్వానించి

"ఏ యెడ సరస్తుతులు నీవు సేయ పైన
భ్రాతృవాత్సల్య మెసఁగఁ బ్రబంధ మొకటి
చెప్పి మా కంకితంబుగాఁ జేయు మిపుడు
సుకవినుతగుణసముదాయ! సుబ్బరాయ!"

అని ప్రార్థించినట్లు వ్రాసికొన్నాడు. దీనినిబట్టి చక్కిలాలవారు జమీందారులవంటి గొప్ప సంపన్న కుటుంబమునకు జెందినవారనియు, కవికి బంధువర్గములోని వారనియు ఊహింపవచ్చును ఈ సాన్నిహిత్యమునుబట్టి ముప్పిరాలవారి పూర్వులు చక్కిలాలవారి పూర్వులకు నియోగులవలె మంత్రిత్వము కూడ నెఱపి యుండవచ్చును.

ముప్పిరాల, చక్కిలాల వంశీయులు నేడుకూడ నెల్లూరునందును, తత్పరిసర ప్రదేశములందును నివసించుచున్నారు, కావున ముప్పిరాల సుబ్బరాయ కవి నెల్లూరు ప్రాంతమువాడని నిర్ణయింప నగును. ఈ యుభయ వంశీయులును తుమ్మగుంట ద్రావిడశాఖీయులై యున్నారు. ఈ శాఖీయుల మూలస్థానము తెలియ రాకున్నది. ...

కథా సంగ్రహము

ప్రథమాశ్వాసము: ద్వారకానగర వర్ణనముతో కథాప్రారంభము. శ్రీకృష్ణునకు రుక్మిణియందు ప్రద్యుమ్నుడు జనియించుట. పూర్వవైరమున శంబరాసురుడు సూతి గృహమునుండియే ప్రద్యుమ్నుని గ్రుచ్చిలి సముద్రమున బడవైచుట. ఆ శిశువు నొకమత్స్యము మ్రింగ, జాలరులు దానినిబట్టి శంబరునకు సమర్పించుట. వాని యాజ్ఞచే నా చేప మహానసము చేర, దాని గర్భమునుండి ప్రద్యుమ్నుడు వెడలి, యట సూపకారుల కధ్యక్షురాలై సమయము వేచియున్న రతి కడకు చేరుట.

ద్వితీయాశ్వాసము: మాయావతి యనుపేర నున్న రతిదేవియింట ప్రద్యుమ్నుడు పెరిగి లబ్ధయౌవనుడగుట. ప్రద్యుమ్నుని సౌందర్యవర్ణనము.

రతి ప్రద్యుమ్నునకు తన పూర్వ చరిత్రమును దెల్పుట. గ్రీష్మర్తు వర్ణనము. యుద్ధమున ప్రద్యుమ్నుడు శంబరాసురుని సంహరించుట.

తృతీయాశ్వాసము: రతియు ప్రద్యుమ్నుడును ద్వారకాపురి చేరుట. వారిని జూచి వేడుకపడు పురప్రమదల సంభ్రమచర్యలు. ప్రద్యుమ్నుడు తల్లిని దర్శించుట. వర్షర్తు వర్ణనము. శరదృతు వర్ణనము.

చతుర్థాశ్వాసము: ప్రద్యుమ్నుని మేనమామ యగు రుక్మి సంతాన ప్రాప్తికై శ్రీ విష్ణునిగూర్చి తపమొనరించుట. విష్ణుని యనుగ్రహమున నాతనికి రుక్మవతి యను పుత్రిక యుదయించుట. రుక్మవతి సౌందర్య వర్ణనము. రుక్మవతి వినుకలిచే ప్రద్యుమ్ను నెడ మరులుగొనుట. హేమంతర్తు వర్ణనము. రుక్మవతి విరహవర్ణనము. ఉద్యానవన విహార, పుష్పాపచయ, జలక్రీడాదుల వర్ణనములు.

పంచమాశ్వాసము: రాత్రి వర్ణనము. చంద్రోదయ, చంద్రికా వర్ణనములు. చంద్ర, మన్మథ, మలయమారుతాదుల దూషణము. రుక్మవతి చెలికత్తె శుకవాణి ప్రద్యుమ్ను నెడకు దూతకృత్యము నడుప నరుగుట.

షష్ఠాశ్వాసము: స్వయంవరమున రుక్మవతి ప్రద్యుమ్నుని వరియించుట. రుక్మి యాహ్వానముపై రుక్మిణీశ్రీకృష్ణులు భోజ నగరమున కేతెంచుట. రుక్మవతీ ప్రద్యుమ్నుల వివాహ మహోత్సవము. జననీ జనకులతో నూత్న వధువుతో ప్రద్యుమ్నుని ద్వారకాప్రత్యాగమనము.

ఆకరములు

ప్రద్యుమ్నుడు శంబరాసురుని వధియించుట, మేనమామయగు రుక్మి కుమారిత రుక్మవతిని వివాహమాడుట యను నీ రెండు గాథలు గల కథాభాగము తెలుగున మహాభాగవత దశమస్కంధోత్తరభాగప్రారంభముననుు, హరివంశము—ఉత్తరార్థమునందును కలదు. సుబ్బరాయకవి కథాప్రారంభమున జనమేజయుడు వైశంపాయను నడిగినట్లున్న

"మునినాథ! హరివంశమునఁగల్గు కథ లెల్ల
వినిపించితివి వేడ్క వీనులలర"

అను వాక్యముచే తానీ యితివృత్తమును హరివంశమునుండి గ్రైకొనినట్లు సూచించియున్నాడు. కానియిందలి కొన్నిఘట్టములందు కథ భాగవతకథాను సారిగ కూడ నడచినట్లు తెలియుచున్నది. హరివంశకథ ననుసరించిన రుక్మి కూతురుపేరు శుభాంగి కాని రుక్మవతి కాదు. అందు రుక్మిపౌత్రిపేరు రుక్మవతి. ఆమె ప్రద్యుమ్నపుత్రుడగు అనిరుద్ధునకు భార్య యయ్యెను. భాగవతమున రుక్మి కూతురు పేరు రుక్మవతి. ఆ క్రమమే ప్రద్యుమ్న చరిత్రమున గ్రైకొనబడినది. హరివంశమున రతిదేవి శంబరునియొద్ద మిథ్యాకళత్రభావమున మెలగినట్లును, మాయామయంబగు రూపంబొక్కటి వాని కనుభవగోచరముచేసి తాను తప్పు కొని తిరిగినట్లును వర్ణింపబడినది. భాగవతమున "ఆ రతి మాయావతియను పేర శంబరునియింటఁ బాతివ్రత్యంబు సలుపుచు" అనియున్న వచనభాగమే ప్రద్యుమ్న చరిత్రమున ఛందోనుగుణముగ యతిప్రాసములకై యొనర్చిన చిఱు మార్పులతో

"అంత మాయావతి యనఁగ శంబరుని గే
హమునఁ బాతివ్రత్య మాచరించు
చును రతి ...."

అని రూపొందినది. హరివంశమునందును, భాగవతమునందును ప్రద్యుమ్నుని వివాహము ద్వారకలోనే జరిగినట్లున్నది. కాని, సుబ్బరాయకవి ఆ వివాహమును భోజపురమున వధువునింట జరిపి సమకాలమునాటి సాంఘికమర్యాదను నిలిపినాడు. భాగవతమున రుక్మవతి స్వయంవరము రుక్మిణీవివాహ సందర్భము నందువలె వధువును బలిమిని గ్రహించినట్లును, ఉద్రిక్తులైన రాజలోకమును భయపెట్టి లొంగదీసినట్లును ఉండ, హరివంశమున స్వయంవరము సరసమగు పద్ధతియందే జరిగినట్లున్నది. సుబ్బరాయకవియు నీ పద్ధతినే యనుసరించెను.

ఆంధ్రమహాభాగవతమున లేకున్నను, సంస్కృత భాగవతమున నీకథా భాగమునందు ప్రద్యుమ్నుడు 'కృష్ణు నపత్య' మను నర్థము నిచ్చు 'కార్ష్ణి' యను పదముచే వ్యవహరింపబడియున్నాడు. సుబ్బరాయకవి తన ప్రద్యుమ్నచరిత్రమున ఈ కార్ష్ణిపదమునే పెక్కుసారులు మక్కువతో ప్రయోగించియున్నాడు.

సమానేతివృత్తముగల ఇతర కవుల రచనలు

పొన్నాడ పెద్దిరాజు-ప్రద్యుమ్న చరిత్రము : శ్రీ వేటూరి ప్రభాకరశాస్త్రిచే సంపాదితమై 1918 లో ముద్రింపబడిన 'ప్రబంధరత్నావళి' లో 59వ పుట నుండి 65వ పుటవరకుగల భాగమున పొన్నాడ పెద్దిరాజు రచనగా పేర్కొన్న ప్రద్యుమ్న చరిత్రమునుండి 22 పద్యము లుదాహరింపబడియున్నవి. వానిలో ఒక్క పద్యమునందు మాత్రము 'ద్వారవతీపురి' యను ప్రయోగమున్నది. తక్కినభాగమునం దెచ్చటను ప్రద్యుమ్నచరిత్రమునకు అన్వయింపదగిన వర్ణనము కాని, పాత్రముల నామములు కాని సూచింపబడలేదు. ఈ గ్రంథము లిఖితప్రతికూడ ఏగ్రంథాలయమునను లేదు. ఒకవేళ శ్రీమానవల్లి రామకృష్ణకవి వంటివారియొద్ద నుండియుండెనేమో?

ఫణిధవు మాధవుడు-ప్రద్యుమ్న విజయము : పై ప్రబంధరత్నావళియందే 104 పుటనుండి 107 వరకుగల భాగమున ఫణిధవు మాధవుని రచనగా పేర్కొన్న ప్రద్యుమ్న విజయమునుండి 13 పద్యము లుద్ధరింపబడినవి. కాని ఒక్కపద్యము నందుకూడ ప్రద్యుమ్నగాథను సూచించు నాధారములు కాన్పింపవు. ఈ గ్రంథము లిఖిత ప్రతికూడ నేడెచ్చటను కానరాదు.

కోదండరామకవి—రుక్మవతీ పరిణయము : ఈ రుక్మవతీ పరిణయము పద్యకావ్యమనియు, సమగ్రమనియు, ఆంధ్ర సాహిత్య పరిషత్పుస్తక భాండాగారము (కాకినాడ) నందు కలదనియు శ్రీ కాశీనాథుని నాగేశ్వరరావు, 1929 లో ప్రకటించిన 'ఆంధ్రవాఙ్మయ సూచిక – అముద్రిత గ్రంథముల పట్టిక' లో తెల్పబడినది. దీనిని కవిచరిత్రకారు లెవరును పేర్కొనలేదు. ముందుచెప్పిన కారణములచే నే నా గ్రంథముయొక్క లిఖితప్రతినికూడ చూడనోచుకొననైతిని. ఈ కవియింటి పేరేదియోకూడ పై పట్టికలో తెలిపియుండలేదు.

రేకపల్లి సోమనాథకవి-రుక్మవతీ పరిణయము:— ఈ రుక్మవతీ పరిణయము ఐదాశ్వాసముల ప్రబంధము. విజయనగరము—ఆంధ్ర విజ్ఞాన సమితివారిచే 1940వ సంవత్సరమున ప్రకటింపబడినది. ఈ సోమనాథకవి సత్యవరాధిపతియైన కాకర్లపూడి గోపాలరాయ పాయకరావు నాస్థానమున నుండెను. ఇతడు విజయనగర సంస్థానాస్థానకవియగు అడిదము సూరకవికిని (క్రీ. శ. 1720–1780) వత్సవాయ తిమ్మగజపతి రాజుగారి యాస్థానమున నున్న ఏనుగు

లక్ష్మణకవికిని (క్రీ శ. 1759-1797) సమకాలికుడు. అడిదము సూరకవితోడి యితని కవితాస్పర్ధ ప్రసిద్ధము. సోమనాథకవి వార్ధకమున ముప్పిరాల సుబ్బరాయ కవి ప్రౌఢయౌవనమున నుండియుండును.

సోమనాథకవి రుక్మవతీ పరిణయమున కథ భాగవతానుసారిగ శుకమహర్షి పరీక్షిన్మహారాజునకు చెప్పినట్లు ప్రారంభింపబడినది. కథయంతయు ప్రబంధ పద్ధతిలోనే నడచినది. పుష్పలావికాది వర్ణనములతోగూడ పెక్కువర్ణనములు సుబ్బరాయకవి ప్రద్యుమ్నచరిత్రమునందలి వానినే పోలియున్నవి. అట్లని పై యిరువురు కవులు ఒకరి గ్రంథమును మఱొకరు చూచియుందురని భావించుటకు తగిన బలవత్తరములగు నాధారములు కానరావు. ఈ గ్రంథమునకూడ కథ భాగవతమునందువలె రుక్మిణీ స్వయంవరగాథ కనుకరణముగ రుక్మవతికి స్వయంవరము ప్రకటించినట్లును, ప్రద్యుమ్నుడు మూగిన రాజలోకము నదలించి రుక్మవతిని ద్వారావతికి గొనిపోయినట్లును, వివాహమచ్చటనే జరిగినట్లును వర్ణింపబడినది.

పై వివరములనుబట్టి, ముప్పిరాల సుబ్బరాయకవి రచన ప్రద్యుమ్న సంబంధి కథాంశముల అపూర్వ సంవిధానము గల్గి 'ప్రద్యుమ్న చరిత్ర' మను పేర ఆంధ్ర వాఙ్మయమున అద్వితీయముగా బరగుచున్నదను విషయము విదిత మగుచున్నది. ఇది యీ ప్రబంధ ప్రశస్తి కొక ముఖ్యనిదర్శనము.

ప్రబంధ ప్రశస్తి

హరివంశము, భాగవతము లీలామానుషవిగ్రహుడైన శ్రీకృష్ణుని కల్యాణగుణాత్మకములగు కథలకు నిలయములు. హయగ్రీవోపాసకుడగు ముప్పిరాల సుబ్బరాయకవి యా రెండింటియందును బ్రస్తకములైన ప్రద్యుమ్న కుమారాధికృత కథాంశములను గైకొని ప్రబంధోచితముగ మలచి యీ కావ్యమున పొందుపఱచియున్నాడు. ఆయా కథాసందర్భములకు సహజదీప్తిని చేకూర్చు వర్ణనములతో ప్రద్యుమ్నచరిత్రము, ఆముక్తమాల్యద, వసుచరిత్రము మున్నగు పూర్వ ప్రబంధములకు సైదోడుగా నిలువగలుగుటతోపాటు స్వతంత్ర భావములచే రసిక హృదయములను మురిపించుటలో నొక ప్రత్యేకతను సంతరించుకొన్నది. లాక్షణికులు పేర్కొన్న అష్టాదశవర్ణనములలో కించిదూన

ముగా నన్నియు సందర్భోచితిని గోల్పోవని విధమున నిందు నిబద్ధములైనవి. కనుపర్తి అబ్బయామాత్యుని అనిరుద్ధ చరిత్రమువలె నిదియు నొక 'పిల్ల వసు చరిత్రము' గా ప్రశస్తికెక్కదగి యున్నది. సుబ్బరాయకవి శైలి సంస్కృత పదభూయిష్ఠముగా కాన్పించినను అందు మృదుమధురములగు తత్సమపదములతో మేలిమి తెలుగుపలుకుబళ్ళు గుర్తింప రాని విధమున కూర్పబడినవి.

ప్రద్యుమ్న చరిత్రమున అంగిరసము శృంగారము. వీరము దానికి ప్రధానమైన అంగరసము. ఉత్తరార్ధమున రుక్మితపోవర్ణనమున, శ్రీవి వు ప్రత్యక్షమైన పట్టున శాంతరసము ప్రతీతమగుచున్నది. ఈ కావ్యమున వ ్వ క్యము లేదేమో యను సందేహము కల్గుటకు వీలున్నది. పూర్వార్ధము నం లి శంబరాసురవధగాథ, ఉత్తరార్ధమందలి రుక్మవతీ స్వయంవర కథకు పోషకముగా -అనగా ప్రత్యక్షప్రయోజనకారిగా- కల్పింపబడక రెండును భిన్నభిన్న ప్రబంధములవలెనుండి ప్రత్యేకము పూర్వార్ధమున వీరము, ఉత్తరార్ధమున శృంగారము వానికి అంగిరసములవలె భాసించినవి. ఇది కావ్యత్వమునకు భంజకముగా స్థూలదృష్టికి కాన్పించును. కాని రతిపతియగు ప్రద్యుమ్నుని విశ్వ మోహనకర సుందరరూపము, శంబరాసుర నిగ్రహసమర్థమైన యతని అతి మానుష పౌరుషము దశదిశల సంకీర్త్యమానములై, రుక్మవతి కేవలము వాని వినుకలి బలముననే ప్రద్యుమ్ను నందు మరులు నిలుపుకొనునట్లు చేయజాలినవని సమర్థించుకొనవచ్చును.

ముప్పిరాల సుబ్బరాయకవి అనంతర ప్రబంధయుగమున వెలసిన ప్రౌఢ కవులలో అగ్రగణ్యుడని చెప్పదగిన ప్రతిభావ్యుత్పత్తులు కలవాడు. ఈ కవి శ్లేషానుప్రాణితాలంకారిక రచనలో రామరాజభూషణుని, నగర ఋతువర్ణనలలో శ్రీకృష్ణదేవరాయలను. ప్రసన్న మధురమైన కవితాధారలో పెద్దన తిమ్మనలను అనుప్రాసాది శబ్దాలంకారములతోగూడిన సహజ కవితా పాండిత్యములందు బమ్మెర పోతనను, తెలుగు పలుకుబడుల కూర్పునేర్పులో చేమకూర వేంకట కవి వంటి దాక్షిణాత్యకవులను స్మరియింప జేయును.

సుబ్బరాయకవి ప్రయోగములు కొన్ని అతనికిగల సంస్కృత వ్యాకరణ శాస్త్ర పరిజ్ఞానమును, వైదికవాఙ్మయ పరిచయమును, జ్యోతిర్విద్యా ప్రవేశమును నిఘంటు పరిశీలనశక్తిని ప్రకటమొనర్చుచున్నవి. వాని వివరణము గ్రంథాంత మున నీయబడిన 'లఘువ్యాఖ్య'యందాయా సందర్భములలో పొందుపఱుప బడినది.

పరిష్కరణ పద్ధతి

ఈ గ్రంథముద్రణమున కొన్ని సామాన్య నియమములు తు, చ, తప్పకుండ అనుసరింపవలెనను పట్టుదల వహింపలేదు. విరామచిహ్నములు అవసరమని తోచినచోట్ల మాత్రమే పాటింపబడినవి. అర్థావగతికి భంగమురాని చోట్ల విరామచిహ్నములే కాక అర్ధానుస్వారములు, ద్రుతకార్యములు (సరళాదేశములు) గసడదవాదేశములుకూడ పాటింపబడలేదు. పదచ్ఛేదమునకై విడువ బడు విఱుపు (Space) విషయమున ఆభాసమాత్రముగ గొంత యశ్రద్ధ కన్పింప వచ్చును. పాఠకులు వానిని సులభముగనే సవరించి చదువుకొనగలరను విశ్వాసముతో వాని నన్నిటిని తప్పొప్పుల పట్టికలో చూపలేదు. ఉదాహరణమునకు కొన్ని యీక్రింద నీయబడినవి:

i	ఆశ్వా:	42 పద్యము.	5 పంక్తి.		పఱుప కరికర..	కు	మాఱుగ,పఱుపఁగరికర	
	,,	53	,,	2 & 3 ,,	సీమలంబారా	,,	సీమలన్బారా	
ii	,,	39	,,	1 ,,	చెలిచెంత	,,	చెలి చెంత	
	,,	82	,,	4 ,,	మంచుఁబలె	,,	మంచు బలె	
iv	,,	119	,,	13 ,,	యంచ లసిత	,,	యంచల సిత	
	,,	,,	,,	16 ,,	దావ దావద	,,	దా వదావద	

అని పఠింపవలయును.

షష్ఠాశ్వాసము 42వ పద్యము 4వ పాదమున మూలమున "క్రంత నడపించి హితులతో నడచు" అని యున్నది కాని యచ్చట స్పష్టముగా యతిభంగము తెలియుచున్నది. ఇది వ్రాయసకాని పొరపాటై యుండవచ్చునను భావముతో నేను స్వతంత్రించి "క్రంత....హితులతోఁగదలు" అని మార్చియున్నాను. అట్లే తృతీయాశ్వాసము 26వ పద్యము మొదటిపాదమున "ఉవిద యొకర్తు మాధవ తనూజుని" యని కవి ప్రయోగించియున్నాడు. ఇచ్చటను యతిభంగమే. కవియే సులభముగా 'తనూద్భవు' అని ప్రయోగించియుండవచ్చును. ఐనను నేను దానిని మార్పలేదు.

ప్రథమాంతములైన యుష్మదస్మద్విశేషణములకు 'వు, ను' లు కాని 'రు,ము,'లు కాని పరములు కావలసినచోట్ల కవి వానిని నియతముగా పాటింపలేదు.

'కూర్మితమ్ముఁడవయి' యనుటకు బదులు 'కూర్మితమ్ముఁడయి' (V-40) యనియే ప్రయోగించియున్నాడు. ఇట్టి ప్రయోగములే V-41, 50, 52 మున్నగు పద్యములలో కలవు. తిక్కన ఉద్యోగపర్వము–తృతీయాశ్వాసమున–ద్రౌపది శ్రీకృష్ణునితో సందేశ మనుపు ఘట్టమున "పాండు భూవరునకుఁ గోడలైతి" అని ప్రయోగించియున్నాడు. ఇచ్చట 'కోడలనైతి' అనియే కదా ఉండవలయును.

పరిష్కరించునపుడు ద్రుతము స్వత్వ (ని, ను) రూపములోనున్నకొన్నిచోట్ల ఖండబిందువు వదలబడినది ఉదా:- 'మాఘవత్కవిని బల్మాఱు' (I-9) దురర్థ స్ఫూర్తిని పరిహరించుటకు కొన్నిచోట్ల ద్రుతకార్యము చేయలేదు. ఉదా:- 'రుక్మిణీ నందనునకు తోషముప్పతిలంగ' (I-61), 'గానుఁగలలో పొక్కఁగ' (II-69) మున్నగునవి. కొన్నిచోట్ల అనుప్రాసపు సొంపు చెడకుండుటకుగూడ పై విధమే అవలంబింపవలసివచ్చినది. ఉదా:- 'రహితను తను' (V-11)

అక ప్రత్యయముపై నుగాగమము వంటివి కొన్ని కవి క్లిష్టములే కాబోలునని నేను మార్పలేదు, సమకాలమునాటి కవులందఱు నట్టి ప్రయోగములు చేసియే యున్నారు. ఈ తెల్పినవిగాక ఇంకనుగల విశేషవిషయములు 'లఘువ్యాఖ్య' యందు వివరింపబడియున్నవి.

తాటియాకుల ప్రతి D. 571 నుండి పరిష్కరించుట కనువుగా యథాతథముగా కాగితముపైకి 'ప్రద్యుమ్న చరిత్రము'ను ఎత్తి వ్రాసియిచ్చినందులకు విద్వాన్ శ్రీ A. V. శ్రీనివాసాచార్యులకును, గ్రంథపరిష్కరణకార్యమున సందేహనివృత్తికొఱకు నాకెంతో తోడ్పడిన డా॥ M. S. నారాయణమూర్తి, M.A., Ph. D.కిని 'ప్రూఫు' లన్నియు దిద్దిపెట్టుటయందును, 'లఘువ్యాఖ్య' సమకూర్చునపుడును నాకత్యంతము సహాయపడిన శ్రీ K. J. కృష్ణమూర్తి M.A., కును నే నెంతయు కృతజ్ఞుడను.

ప్రద్యుమ్న చరిత్రము

విషయసూచిక

ప్రథమాశ్వాసము

శ్రీరస్తు

ప్రద్యుమ్న చరిత్రము

ప్రథమాశ్వాసము

* * *

ఆశంస

ఉ. శ్రీకర ముప్పిరాలకులసింధుసుధాకర మిత్రపాకహో
నోకహ సుబ్బరాయకృత నూత్నసుపద్యబిసప్రసూనజా
స్తోకమరందబిందువులు సూరిజనాళులు[1] తృప్తిమీఱఁగా
నాకలి తీరఁ గ్రోలుఁడు సురావళి మున్ సుధఁగొన్న కైవడిన్. 1

హయగ్రీవస్తుతి

ఉ. శ్రీరమణీమణీరుచిరదృష్టిచకోరకచంద్రుఁ, డింద్రికో
దారశరీరు,[2] నంబుజసుదర్శనపుస్తకధారుఁ, జారుహే
షారచితత్రయీవివిధశాస్త్రిసమాజు, శశార్కతేజు, దు
ర్వారకృపాసమన్వితుఁ, దురంగముఖాఖ్యహరిన్ భజించెదన్. 2

లక్ష్మీస్తుతి

మ. జగతీనీలలకుం గవుంగిటికిరా సందీక, నీలాంబువా
హగతానూన తటిల్లతాకృతి నిజప్రాణేశు వక్షస్థలిన్
జిగినెమ్మేని సొబంగు వింతయయి భాసిల్లంగ నెల్లప్పుడుం
దగు దుగ్ధాబ్ధితనూజ మా కొసఁగుగాతన్ నిత్యకల్యాణముల్. 3

1. సంబుద్ధి — సూరిజనాళులారా
2. హయగ్రీవుని వర్ణము తెలుపు—
‘జ్ఞానానందమయం దేవం నిర్మలస్ఫటికాకృతిమ్,
ఆధారం సర్వవిద్యానాం హయగ్రీవ ముపాస్మహే,’ — హయగ్రీవస్తోత్రమ్.

శివస్తుతి

ఉ. భూతిధరించి కెంజడలుపూని మెయిం బులితోలుగప్పి వి
ఖ్యాత మునీశ్వరుండవయి కాముని గెల్చియు గెల్వలేక యో
షా తలనెత్తికొంటి వొక యుగ్మలి నం చెకసెక్కమాడు దు
గ్గాతరుణిం బ్రియంబెసఁగఁ గౌఁగిటఁ జేర్చిన శంభుఁ గొల్చెదన్. 4

పార్వతీస్తుతి

సీ. ఏ సుందరీరత్న మిందిరారమణు సో
దరియౌటఁ బ్రకటించుఁ దనువిలాస
మే భామ భూభృత్తనూభవ యౌట వ
క్కాణించు[1] వక్షోజకఠినభావ
మే రాజవదన కంఠీరవారోహిణి
యౌట సూచించు మధ్యంబుచంద
మే మత్తకాశిని సామజానను తల్లి
యౌట నెఱింగించు యానభూతి

గీ. యట్టి యంబ, సమస్తాగమావలంబ
సైకతనితంబ, ముఖజితచంద్రబింబ
దివ్యసద్గుణనికురుంబ, త్రిజగదంబ
చెలఁగి మదభీష్టసంసిద్ధిఁ జేయుఁగాత. 5

బ్రహ్మస్తుతి

చ. నిగమములుం బురాణములు నిర్మలరూపము దాల్చి కొల్వఁగా
జగము సృజించుచుం బలుకుచానను నాలుకఁబూని వేడ్కతో
నగణితభోగభాగ్యముల[2] నంది సుఖించు పితామహుండు సొం
పుగ మదభీష్టకావ్యమును బూర్తివహింపఁగఁ జేయుఁ గావుతన్. 6

1. 'వ్యాఖ్యానించు'నకు వికృతిరూపముగ పెక్కుసారులు ప్రయోగింపబడినది.
2. ఈ యాఅక్షరములు మూలమున క్రిమిదష్టములై స్పష్టాస్పష్టముగ గుర్తింపనై యున్నవి.

సరస్వతీస్తుతి

క. వీణాపుస్తకమండిత
పాణిన్, ఘనవేణిఁ, గమలభవురాణిఁ, బృథు
శ్రోణిం, గల్యాణిన్, శుక
వాణిన్, వాణిన్ భజింతు వాక్చాతురికిన్. 7

విఘ్నేశ్వరస్తుతి

మ. శరజాతాదరణీయుఁడై ప్రవిలస[1] త్సారంగవక్త్రుండునై
గిరిభూప్రీతియు సల్పి పుష్కరగతిం గ్రీడించుచున్ నీలకం
ధరమోదం బొనరించుచున్ ఘనత భక్తశ్రేణికిన్ భవ్యదృ
ష్టి రహింగూర్చు వినాయకున్ నిరతమున్ సేవింతు నిష్టాప్తికిన్. 8

సుకవిస్తుతి

సీ. వాల్మీకి పాదాబ్జవందనం బొనరించి
బహువిధంబుల వ్యాసుఁ బ్రస్తుతించి
కవిశిరోమణియైన కాళిదాసు భజించి
దండికి సాష్టాంగదండము లిడి
ప్రౌఢవాచా[2] భూతి భవభూతిఁ గొనియాడి
మాఘసత్కవిని బల్మాఱు పొగడి
ధీరతోదారు మయూరు సన్నుతిఁ జేసి
భారవికవికి జోహా రొనర్చి

1. ఈ నాలు గక్షరములు మూలమున క్రిమిదష్టములు.

2. 'వాచా' శబ్దము ప్రథమాంతమే

'వష్టి భాగురి రల్లోప మవాప్యో రుపసర్గయోః
ఆపం చైవ హలంతానాం యథా వాచా నిశా దిశా'

—సిద్ధాన్తకౌముదీ–అవ్యయప్రకరణమ్.

గీ. యార్యుఁ డైనట్టి నన్నపాచార్యుఁ, దిక్క
నార్యు, నాచనసోము, నెఱ్ఱనఁ,[1] గళాస
నాథు శ్రీనాథు, భాస్కరు నయ మెసంగఁ
దలఁచి తక్కిన కవుల కంజలి యొనర్తు. 9

కుకవినింద

క. ధర భగవదర్పితంబగు
నురుకావ్యముఁ జూచి పదరుచుందురు కుకవుల్
సరణిఁ జను కరిని గని కు
ర్కురములు దౌదౌలఁ జేరి కూసెడి మాడ్కిన్. 10

వ. అని యిష్టదేవతా ప్రార్థనంబును సుకవివందనంబునుం గుకవి నింద
నంబునుం గావించి ప్రద్యుమ్న చరిత్రంబను నొక్క మహాప్రబంధంబు
రచియింపంబూనినవాఁడనై మద్వంశక్రమంబు వివరించెద. 11

కవివంశక్రమము

సీ. శ్రీరమణాంఘ్రిరాజీవసేవారతుం
డఖిలనుత సుగుణ రత్నాకరుండు
కమలాకృపానిరీక్షణ లబ్ధవిభవుండు
తతమనీషా వినిర్జితగురుండు
సురుచిరాపస్తంబసూత్రుండు, కౌండిన్య
గోత్రుండు, బుధజనస్తోత్రపాత్రుఁ
డనఘుఁడు, ముప్పిరాలాన్వయపాథోధి
సంజాతరాకా నిశాకరుండు

గీ. హార డిండీర పుండరీ కాండజేంద్ర
ఖండపరశు ద్యులోక వేదండ కాండ
పాండురయశోనుమండితాజాండ భాండుఁ
డతిశయిల్లెను గృష్ణపండితవిభుండు. 12

1. మూలమున 'వెఱ్ఱన' యని యున్నను రూఢమైన 'యెఱ్ఱన' రూపమే గైకొంటిని.

క. ఆ ధీరమణికి వితరణ
రాధేయుఁడు సతతమహిత రాధారమణీ
నాథభజనుండు సుగుణ స
నాథుఁడు కేశవయ పొడమె నందనుఁ డగుచున్. 13

సీ. శ్రీ యశోదా[1]మిత చిరతపోమహిమచే
భువనహితంబుగాఁ బొడమి, సహజ
బలసహాయుండయ్యు బహుపుణ్యజనమహో
భంగక్రియాసిద్ధిఁ బ్రణుతికెక్కి
దానవిఖ్యాతి విబుధ ప్రకరంబులు
గనరార, భూభృదుద్ధరణశక్తి[2]
నొనరి, దీనవ్రజావనమున వెలుఁగొంది
సాధుబృందామోదసరణి మెలఁగి

గీ. పృథుతరబ్రహ్మతేజోగరిమ నెసంగి
ధరణి నాశ్రితపారిజాతఁ బనంగఁ
బరఁగి, గురుబాంధవప్రియపరత మనుచు
పేశలత నివ్వటిల్లె నా కేశవుండు. 14

క. మకరాంకరూపునకు భ
వ్యకరున కా కేశవయకు నలమేల్మంగాం
బికకుం దనయుఁడ నై తిని
ప్రకటంబుగ జగతి సుబ్బరాయఁ డనంగన్. 15

క. యతియును ప్రాసము గణప
ద్ధతియు వెలయఁ దురగవదనుదయచే నేత
త్కృతి నిర్మాణ మొనర్పఁగ
నతిమోదముతోడఁ బూని యద్దేవునకున్. 16

1. కేశవయ తల్లిపేరు 'యశోద' యైన అన్వయము సుకరము.
2. ముప్పిరాలవారు నియోగులై మంత్రిత్వము నెఱపిరి కాబోలు.

షష్ఠ్యంతములు

క. శ్రీతరుణీపతికి, గుణ
వ్రాతసరిత్పతికి, సుమశరశతాకృతికిం
బూతకథాతతికి, హృతా
రాతివిగాట్సంతతికిని రక్షితయతికిన్. 17

క. అరుణాంబుజ చరణాను
స్మరణహతబుధాఘతతికి, మరుదగధృతికిన్
శరణాగతభరణాతత
కరుణాన్వితమతికి, దైత్యగణమదహృతికిన్. 18

క. వందారుపురందరముఖ
బృందారకబృందునకు, భరితనందునకున్
సందీపిత సుందరతా
నిందితమధుపాకశాసని శతేందునకున్. 19

క. నేత్రీకృతమిత్రాబ్జా
మిత్రునకు, శరద్ఘనోపమితగాత్రునకున్
ధాత్రీకళత్రునకు, నుతి
పాత్రునకు, భవాబ్ధి తరణ పటు సూత్రునకున్. 20

క. వేదాపహారిదనుజ వి
భేదునకు, సమస్తమౌనిబృందానందో
త్పాదున, కురు పాషండా
హ్లాదచ్ఛేదునకు, బుధకృతామోదునకున్. 21

వ. సభక్తిసమర్పితంబుగా నారచియింపంబూనిన ప్రద్యుమ్న చరిత్ర
బను మహాప్రబంధంబునకుఁ గథాక్రమం బెట్టిదనిన, 22

కథాప్రారంభము

క. శ్రీమజ్జనమేజయ వసు
ధామండలవిభుఁడు హరికథా సంశ్రవణ
ప్రేమను వేదవ్యాస మ
హామునిశిష్యప్రవరున కనియెన్ వేడ్కన్ 23

సీ. మునినాథ! హరివంశమునఁ గల్గు కథ లెల్ల
వినిపించితివి వేడ్క వీను లలర
రుక్మిణియందు సరోజలోచనున కే
సరణిఁ బ్రద్యుమ్నుండు సంభవించె
నతఁడు సూతిగృహంబునందుండఁ గొనిపోయి
శంబరుం డేటికి జలధి వైచె
జలనిధి వెలువడి శరుఁడగు నద్దైత్యు
గృహమునం దేరీతి వృద్ధినొందె

ఆ. మాయవలన పెక్కుమాయలు గఱచి యా
మాయి నెవ్విధమున మాయఁ జేసెఁ
దరుణిఁ గూడి యెటులఁ దమపురిఁ జేరెఁ ద
ద్విధము దెలియఁ జెపుమ విస్తరించి 24

క. అన విని యా వైశంపా
యనముని యత్యాదరమున నాతనితోడన్
జననాథ! సావధాన మ
తిని వినుమని తచ్చరితము దెలుపఁ దొడంగెన్. 25

ద్వారకాపురవర్ణనము

శా. క్షారాంభోధితరంగవేష్టిత లసత్సాలావృతప్రాంతమై
తారాధ్వాధిగతాగ్రహాటక కనత్సౌధావళీయుక్తమై
ద్వారస్ఫారపురీలలామ మలరున్ ద్వారావతీసంజ్ఞచే
మారుత్యర్థ ససంభ్రమోద్గత మహామైనాక శైలంబనన్. 26

సీ. ఘృణి మహితానంత మణికులభూషణ
        రామాభివృద్ధి విరాజితంబు
జగదభినుతకుంద శంఖ సమాఖ్యైక
        నిధి రాజరాజసందీపితంబు
ఘన శతమన్యుముఖ్య విబుధసంతాన
        వరసుధర్మావాప్య వైభవంబు
కృష్ణ సుయోధన కృతవర్మ బల భీష్మ
        శూరసేనోద్భవ శోభితంబు

గీ. నగుచు నలరె నయోధ్యాలకామరావ
తీ కరినగరములతోడి దీటు గాంచి
ఘోరదోస్సారపటుశరాసారవైరి
దురవగాహంబు ద్వారకాపురవరంబు. 27

మ. వరణస్వర్ణవినిర్మితాగ్ర వికల వ్యాపారసంధుక్షితాం
బర రత్నామితరుణ్ణియోగ చలితాత్మక్షత్త, త్రదచ్ఛ భా
భరసంధిప్రసభప్రవేశకలనా భగ్నోరుయుగ్మాహృతా
పరనామం బది యాదిఁ గాంచె నరుణప్రాఖ్యం దనూరుండనన్. 28

మ. ఖగసమ్రాట్ఛ్రితతుండఖండనభయగ్రస్తాహిరాణ్మండలీ
నగరాంతర్వసదంగనాజన వచోనైపుణ్యసంచోదనా
వగతాపద్వినివారకాత్మగురు తద్ధ్వ్యాపాద విజ్ఞాపనో
ర్ధ్వగ పాతాళమరుద్ధునీలహరినాఁ దక్షీయ ముప్పసిలున్. 29

సీ అరయ హిరణ్యగర్భాఖ్యుఁడై విధి రాజ
        హంసాశ్రయతఁ గాంచి యలయఁడేని
అల పుణ్యజనపాళి కహితుఁడై గీష్పతి
        కావ్యవిద్వేషంబుఁ గాంచఁడేని

ఉగ్రజుఁడై గుహుఁ డురుపాదపీడిత
నీలకంఠుండయి నిలువఁడేని
క్రూరభుజంగుల కూటమిఁ దా మాని
శేషుఁ డధోగతిఁ జెందఁడేని

గీ. రాజసేవావిరక్తియు, రహిఁ గళాను
రక్తి, గురుభక్తి, సత్క్రియావ్యక్తి కలుగు
మాకు సరియౌదురని పెక్కుజోక లమర
వెలసి తర్కింతు రవ్వీటి విప్రవరులు. 30

గీ. ఘనతరంబుగఁ గాంచనగర్భుఁ డనెడి
నామమాత్రమెకాని యానలువ తనదు
భవన మెంతయు నప్పులపాలు చేసె
ననుచు నాతని మదిమెచ్చ రచటి ద్విజులు. 31

సీ. పటుపుండరీకవైభవము మించె నఁటంచుఁ
బటుపుండరీకవైభవము మించు
హంసప్రభాప్రౌఢి నవఘళించె నఁటంచు
హంసప్రభాప్రౌఢి నవఘళించు
ద్విజరాజవిస్ఫూర్తి ధిక్కరించె నఁటంచు
ద్విజరాజ విస్ఫూర్తి ధిక్కరించు
హరిరాజు నిరసించి సిరివహించె నఁటంచు
హరిరాజు నిరసించి సిరి వహించు

గీ. ఔర! కీర్తిప్రతాపంబు లరయ నిట్టు
లలరి యన్యోన్యసదృశ క్రియానువృత్తిఁ
గలిగి వర్తిల్ల సంపూర్ణకాములైన
రాజవర్యులు పొల్తు రా రాజధాని. 32

సీ. దుర్గాప్తి సుమశరుఁ దూలఁజేసెను గాక
పూర్ణపౌరుషమె శంభునకు జగతి
శతకోటి బలమున నుతుఁడయ్యెఁగా కింద్రుఁ
డవిపక్షపాలుఁ డే యవనిలోన
గురురాజమౌళిభీకరుఁడు గాక కుఠారి
నిజధర్మరక్షణనిరతుఁడె భువి
సరస విష్వక్సేన సామర్థ్యమునఁ గాక
మగటిమిఁ గనియెనే మహిఁ గిరీటి

గీ. యనుచు వారల నిరసించి యఖిలజనులు
తమ్ముఁ గొనియాడ సహజప్రతాపమహిమ
నప్రతిద్వంద్వవిఖ్యాతి నఖిలదిశలఁ
దనర విహరింతు రప్పురి ధరణిపతులు. 33

సీ. హితరాజశేఖరాహితఖైక్షవృత్తి ని
వారణం బొనరించి వరలె నేని
ఎనసిన వేరినైనను భంగగతి బహి
ష్కృతి యొనరించి ఘోషింపఁడేని [1]
కఠినభావంబును గాంచక వెన సదా
గతికి వినమ్రుఁడై కదలెనేని
ద్విజముఖవిగళితనిజఫలతతి గాక
మధుపసాంగత్యంబు మానెనేని

గీ. సఖుల సిరినించి, యొరులను సంతరించి
ఘనులఁ బూజించి, ధనమును ఘనతఁ బెంచి
పరఁగు మా కెనయౌ శ్రీద,శరధి,మేరు
సురతరు లఁటంచు వైశ్యాళి పురి నెసంగు. 34

1. విషేధము చెప్పుటచే క్రమభంగము.

సీ. పరఁగ దుర్యోధనపక్షపాతము లేక
ధర్మసంతతిఁ బ్రీతిఁ దనరెనేని
మిత్రజాతివిభేద మేధచే నలరక
నిజధాత్రి ఫలపూర్తి నెరసె నేని
ఘన నిగమవిరుద్ధ కార్యంబుఁ బూనక
వృషయుతహాలకృష్టి వెలసె నేని
కాలరూపపటుండు గాక జనార్దనా
గ్రేసరత్వమున వర్తిల్లెనేని

గీ. బలుఁడు మాసాటి యని విష్ణుపదజు లచట
ధరణి నరవరగురుతరసరణి నరసి
కర మరుదు గాఁగ కరకరికరము నెరయఁ
బరఁగుదురు సిరి పెంపున గరిమతోడ. 35

శా. శుంభత్కుంభిచయంబు లప్పురమునన్ శోభిల్లు జంభారి దో
స్తంభోజ్జృంభిత దంభభేదనమహాదంభోళి సంభూత సం
రంభం బోర్వక నామమైత్రి నచటన్ రాజిల్లు గోత్రేంద్రులన్
గంభీరాశ్రయమంచుఁ జేరినవి నాఁగా భూరిగోత్రేంద్రముల్. 36

చ. నిజ మగు భారమున్ సడలి నిర్భరవృత్తి మెలంగునట్లుగా
భుజబలపాటవంబునను భూమి భరించిరి వీర లంచు ది
గ్గజములు తత్పురీశులను గన్గొని మైత్రి యొనర్ప ధాత్రికిన్
గజిబిజిలేక వచ్చెననఁ గానఁగనయ్యెఁ బురీ కరీంద్రముల్. 37

ఉ. బంధురవేగనిర్జితనభస్వదురుత్వము లంచుఁ దత్పురీ
సైంధవముల్ నభస్సరణి సాహసవృత్తిఁ జరింప నభ్రముల్
బాంధవమొప్పఁ దచ్ఛ్రమము వాయ వహింపఁగఁబోలుఁ గానిచో
సైంధవకాండవాహత ప్రశస్తమదెట్లగు మేఘపంక్తికిన్. 38

సీ. ఘనతరంబగు కేతుకాంతిచే వెలసియు
హరిరశ్మివిస్ఫూర్తి నలరుచుండెఁ
చక్రసంయుక్తిచే శ్లాఘనీయంబయ్యు
రాజానుగుణవృత్తిఁ దేజమొందె
సూతజశక్తిచే ఖ్యాతి వహించియు
విజయాశ్రయతఁ బూని విస్తరిల్లె
శరధిసమృద్ధిచే సురుచిరం బయ్యును
కలశజశ్రీ మించి వెలయుచుండె

గీ. రంగు లీనంగ శృంగారసంగతాంగ
మంగళాభంగ గాంగేయశృంగచంగ
రంగదుత్తుంగ సంగరరంగభయద
ఘన శతాంగంబు లప్పురాంగణములందు. ౪౦

మ. పురసౌధాగ్రములందు ముగ్ధవనితల్ పూర్ణేందుబింబంబు నం
బరసింధూద్భవ పుండరీకమను విభ్రాంతిన్ గ్రహింపంగఁ బో
వ రయంబొప్ప నొకర్తు ముందుగను శేవం గేలుసాఁచంగ న
వ్విరి ప్రౌఢాంగనలా యెడన్ ముదముతో వేమారుఁ దర్శించుచున్.

చ. ద్యునగరచుంబి సౌధనికరోపరిభాగ నటన్మృగీవిలో
చనలు మనోజ్ఞగానములు సల్ప సదా వివశీకృతాంగులై
కనుగవరెప్పలార్పకను గాంచిరి కాన తదాదిగాఁ జుమీ
యనిమిషలేఖనామవహులై తనరారి రమర్త్యు లున్నతిన్. 41

సీ. అంబుజమిత్రత నలరారు ముఖలీల
శశిరేఖచెల్వంబు సన్నఁ జేయఁ
బుండరీకశ్రీలఁ బోల్చు కన్నుల బెళుకు
హరిణీవిలాసంబు నడుగు పఱుప

కరికరరుచి పెంపు గాంచు నూరుఁ సొంపు
రంభోత్తమాంగనమ్రత యొనర్ప
సౌదామనీలతాసంకాశతనుకాంతి
తారాప్రకాశంబుఁ బారఁద్రోలఁ

గీ. గని మదాలస చిత్రరేఖయును హేమ
మంజుఘోషయుఁ బురి వారకంజలోచ
నాంఘ్రము లొందిరి యానరేఖాగ్ర్యకటక
కింకిణీ సంజ్ఞలకతన శంక వొడమి. 42

మ. శిఖరోల్లంఘితనాక తత్పురవనీశ్రేణీ ప్రసూనభ్రమ
న్నిఖిలాళిస్ఫుటనాదము ల్విని మమున్ నేఁడిట్లు పోనాడి య
న్య ఖమధ్యాకృతగానము ల్వినెడి నావోయంచు సంక్రందనో
న్ముఖులై వచ్చుచుఁ బోవుచుందు రమరాంభోజాక్షులాస్థానికిన్. 43

పుష్పలావికా వర్ణనము

సీ. అతివ నీదండకై కుతుకంబు రంజిల్లెఁ
దావు లెఱిఁగి యుచితవుగఁ బల్కు-
కనక మింతని తెల్పు కలయఁజూచితి బోటి
వెలలేదు దీనికి వలదు వేఁడ
పున్నాగ మెయ్యెడ పొలఁతి కానఁగరాదొ
మాధవుం డిదెవచ్చు మరల రమ్ము
మరువము మేలింతి మన మలరఁగఁ జేయు
వలపు లున్నది మీఁదఁ దెలియవచ్చు

గీ. ననుచు నీరీతి నర్మోక్తు లాడు విటుల
చిత్తములు తత్తరంబందు నుత్తరంబు
లతివినోదముగా సల్పి యలరు లమ్ము
పుష్పలావిక లప్పిటఁ బొల్తు రెపుడు. 44

సీ. కలువపేరాస యగ్గలమయ్యె సతి నాకు
నెలవు కల్గక వచ్చునే లఘువుగ
గుత్తపుబంతులు గోరంటవలెఁ జెలి
ప్రియ మరయకచూడ నయముకాదు
పొగడ మంచిది నీవి పొందఁబల్కవె నాతి
తమికోర్కె లీడేఱుఁ దాళితేని
సంతాన మున్నదే కాంతరో యది వినా
తనపుష్పవతి కే విధమున నబ్బు

గీ. ననుచు నీరీతి నర్మోక్తు లాడునట్టి
పల్లవుల నుల్లములఁ బ్రేమ పల్లవింపఁ
జతుర సంభాషణంబులు సలిపి విరులు
విక్రయింతురు పుష్పలావికలు వీట. 45

మ. ఘనరత్నస్థగితాగ్రసౌధవిహరత్కాంతేక్షణాపాంగ ద
ర్శనసంఛాదిత నాకలోకతటినీ రాజీవబృందంబులం
గని నీలోత్పలవిభ్రమంబు పొడమంగా నందులన్ బ్రాలు హం
సనికాయంబులు క్రమ్మఱంజను నజస్రంబున్ నిరుత్కంఠచేన్. 46

ఉ. అప్పురి గొప్పయుప్పరిగలందున నొప్పులకుప్పలో యనం
గప్పురగంధు లొప్పుచును గాడ్పులు మెల్లన వీచుచుండఁగాఁ
గొప్పులు విప్పి చిక్కుఁ గొనగోళ్ళను దీర్పఁగ మేఘమండలం
బుప్పరవీధిఁ గప్పెనని యూరడి యాడు మయూరసంఘముల్.47

శ్రీకృష్ణవర్ణనము

క. ఆపురి కధిపతియై యొక
గోపాలవతంసుఁ డలరు గోపాలుఁడనన్
గోపాలక గోపాలక
గోపాలకమకుటఘటిత కోమలపదుఁడై. 48

సీ. తన విగ్రహస్ఫూర్తి తన విగ్రహస్ఫూర్తి
కరణి దర్పకభంగగరిమ నెరపఁ
దన ఘనద్రవిణంబు తన ఘనద్రవిణ ము
ట్లను దానవారిలీలను గనంగఁ
దనమహాశయవృత్తి తనమహాశయవృత్తి
మాడ్కి ధర్మోపేతమహిమఁ జెలఁగఁ
దనమన్యుకృత్యంబు తనమన్యుకృత్య ము
ట్లాశయాశాస్పదం బగుచు వెలయఁ

గీ. దనరు కుండలిపరివృఢోద్దండ దోఃప్ర
కాండమండిత మండలాగ్రప్రఖండి
తారిమండల ఖండనధారుణీ త
లుం డయిన కృష్ణదేవుఁ డఖండయశుఁడు. 49

శా. ఆ రాత్రించరవైరి భూసుతు మహోగ్రాజిస్థలిన్ గెల్చి త
త్కారాగారనిరుద్ధలైన మహీభృత్కన్యాలలామంబులం
దారాధీశముఖారవిందల ముదిం దన్గోరువారిన్ దయన్
శ్రీరంజిల్లఁ బదాఱువేల వరియించెన్ నారదప్రేరణన్. 50

వ. మఱియును. 51

సీ. రుచిరాంగదీపిత రుక్మిణి రుక్మిణి
సాధ్వీజనలలామ సత్యభామ
వరరూప లావణ్యవతి జాంబవతి, భృంగ
జైత్ర కుంతల బృంద మిత్రవింద
ఘనదృక్ప్రభాజిత కాళింది కాళింది
నిరుపమాచారనిర్నిద్ర భద్ర
ఆకారజిత శంబరారికాంత సుదంత
నతసతీసంతతి నాగ్నజితి య

గీ. నంగ నెనమండ్రుభార్య లా నందనంద
ననకుఁ బట్టపుదేవులై తనరుచుండు
రఖిల జగదీశు నద్దేవు ననుసరించి
క్షితి జనించిన యణిమాది సిద్ధు లనఁగ. 52

శా. ఆ రామామణు లెల్లఁ దన్గొలువ ఫుల్లాంభోజనేత్రుండు త
త్ప్రారోద్యానతలంబులం గృతకగోత్రాభృద్దరీ సీమలం
పారావారతటీ నికుంజతతులన్ నవ్యేందుకాంతప్రభా
శ్రీరాజద్ఘనసౌధవీధులఁ జరించెం గామతంత్రజ్ఞుఁడై. 53

రుక్మిణి గర్భము దాల్చుట

క. ఈపగిదిఁ గుసుమచాప క
లాపరుఁడై నిజసతీలలామంబులతో
శ్రీపతి మెలఁగ విదర్భ
క్ష్మాపాలకతనయ కాంచె గర్భం బంతన్. 54

గీ. వెలఁది కయ్యెడ గర్భంబు వృద్ధినొంద
ముఖము శతకోటి శుభ్రాంశు సఖము గాఁగఁ
గుచధరాననములు నైల్యగుణముఁ గనె న
నంగఁ దచ్చూచుకంబులు నల్లనయ్యె. 55

క. తనతోడుతన్ సమంబుగ
తనుతగలిగి మెయి దృఢముగఁ దగెనని కార్శ్యం
బునఁగుంది తత్కృశత్వముఁ
గని పొంగె ననంగ బలిసెఁ గౌ నా సతికిన్. 56

గీ. నాఁడునాఁటికి గర్భంబు నలినముఖికిఁ
బ్రబలనిశ్వాసవాతూల భతుణాది
కతను మిక్కిలి బలిసె నాఁగను వెలింగె
రోమరాజి భుజంగంబు రుంద్ర మగుచు. 57

మ. సరసాహారములందు వాంఛతొలఁగెన్ శ్రాంతస్థితిం గాంచె దే
హారుచుల్ దిక్కులఁ గ్రమ్మె మంటిపయి నత్యాసక్తి జన్మించె నాం
తరమై మేనను ఘర్మవారికణసంతానంబు పొల్చెన్ సుధా
కరబింబాస్యకు సూతిమాస మొదవంగా మానవాధీశ్వరా! 58

వ. అంత. 59

ప్రద్యుమ్నజననము

క. ఇందుముఖి యొక్క సుదినము
నందుఁ గనెఁ గుమారు సుందరాకారు సదా
నందిత నందకుమారుం
గందర్పాపరశరీరుఁ గ్రమవిహారున్. 60

గీ. మురవిమర్దను మాఱటమూర్తి యో యన
నంగఁ దనరెడు రుక్మిణీనందనునకు
తోష ముప్పతిలంగఁ బ్రద్యుమ్నుఁ డనెడి
నామధేయం బొసంగె నా వ్యోమవాణి.

ఉ. ఆ సమయంబునందుఁ గలహాశనమౌనివరుండు శంబరా
వాసముఁ జేరి యాప్తపరివారముతో మణిపీఠి నున్న య
వ్వాసవవైరిమ్రోల నిలువం గని యాతఁడు భక్తిసంభ్రమో
ద్భాసితమానసుండయి ద్రుతంబుగ గద్దియ డిగ్గి నమ్రుఁడై. 62

గీ. అర్ఘ్యపాద్యంబు లొసఁగి మృష్టాన్నపాన
ములను బహుళప్రమోద సంకలిత హృదయుఁ
జేసి యభినవరత్నసింహాసనమున
నునిచి కరములు మొగిచి యిట్లనుచుఁ బలికె. 63

సీ. "సంయమీశ్వర మీరు సర్వజ్ఞులరు మీకుఁ
దెలియని యర్థంబు గలదె త్రిభువ
నంబులలోపల నాదువృత్తాంత మే
మని పల్కెదరొ యది వినఁగవలయుఁ

దెలియ నానతియిందు తెల్లంబుగా" నన్న
    వినుమని పల్కె నా మునివిభుండు
"శంబర తావక శౌర్యబలోద్ధతి
    భగ్నులై సర్వ సుపర్వవరులు

గీ. సాధ్వసాక్రాంతులై పద్మసంభవునకుఁ
దెలుప వారలఁ దోడ్కొని జలజభవుఁడు
రాజతాచలమున కేగి రాజమౌళిఁ
గాంచి నీచేష్ట లెఱిఁగింపఁ గనలి యతఁడు. 64

చ. తన నిటలాగ్నిదగ్ధుఁ డగు దర్పకు నీదు మదం బణంప ధా
త్రిని జనియింపు మం చనుపఁ దీవ్రముగా నతఁ డంబుజాత లో
చనునకు రుక్మిణీసతికి సంభవ మయ్యె నిజంబు నిన్నుఁ జం
పు" నని వచించి యద్దనుజపుంగవు వీడ్కొని మౌని యేగినన్. 65

ప్రద్యుమ్నుని శంబరాసురుఁడు జలధిఁబడ వైచుట

క. మనమున నత్యంతభయం
బునుబొంది సురారి పెద్దప్రొద్దు నిజసుహృ
జ్జనములతోడుత నాలో
చనఁ జేసి వినిశ్చితార్థసంయుత మతియై. 66

సీ. తనపాదఘట్టనంబున ధరిత్రీ ధురా
    వహాభుజంగము ఫణావళులు వంపఁ
దనదృష్టియుగ లోహితద్యుతి ధరణి పు
    ష్పిత కింశుకాటవి గతి నెసంగఁ
దనదీర్ఘనిశ్వాస తతవాయుహతి భూరు
    హము లెల్లఁ దునుకలై యవనిఁబడఁగఁ
దనదేహరుచి సమస్త వసుంధరాధరం
    బులు కజ్జలాద్రులవలెఁ దలిర్ప

గీ. ద్వారకకు వచ్చె మృత్యువక్త్రనిభనిజ క
రాలముఖ వికటరదదర్శన పలాయి
త గరుడోరగ సిద్ధ గంధర్వ నర సు
రాసురుం డగు నల శంబరాసురుండు. 67

క. దైతేయుఁ డప్పురం బీ
రీతిఁ బ్రవేశించి శాంబరీలీలఁ దిరో
భూతతనుఁడగుచు నల్లన
నూతిగృహాంతరము సొచ్చి సొంపుగ నచటన్. 68

సీ. ఘన ఘనాఘనశాంతి కాంతదేహమువానిఁ
గమలవిశాలనేత్రములవాని
పరిఘనిభాజానుబాహుయుగ్మమువానిఁ
జారు కవాటవక్షంబువాని
హలకులిశాంకుశోజ్జ్వలపాదములవాని
సురుచిరకంబుకంధరమువానిఁ
బరిపూర్ణచంద్రబింబసమాననమువానిఁ
దరుణారుణాంగుళీతతులవాని

గీ. భూరివిక్రమసూచకభ్రుకుటివాని
నఖిలకామినీస్పృహణీయుఁడైనవాని
... ...[1]
డింభకునిఁ గాంచె నాత్మసంరంభహారుని. 69

క. కని తన మాయాబలమున
జనయిత్రి యెఱుంగకుండ జడమతి నబ్బా
లునిఁ గొంచు విధిప్రేరణ
మునఁ దన్నగరంబు వెడలిపోవుచు నెదుటన్. 70

1. లభించినప్రతులలో దేనియందును మూడవపాదము కానరాదు.

మ. కనియెన్ శంబరుఁ డంబరాంతర తతక్షారాంబుపూరాపత
ద్ఘనఘుంఘుంఘానిలవేగసంహత తరంగస్తోమ సంక్షోభ నా
టన సంరోధన రోషభూషిత జలాటవ్రాత దంతాగ్ర ఘ
ట్టన సంజాత నినాదమేదురిత కాండం బైన పాథోనిధిన్. 71

క. కని యఖిలభూతములు హా
యని య్యాక్రోశించుచుండ నంబుధిఁ బ్రద్యు
మ్నుని వైచి కృతార్థునిఁగాఁ
దనుఁ దలఁచుచు నతఁడు నిజసదనమున కరిగెన్. 72

వ. అంత. 73

ఆ. జలధిలోనఁ బడిన జలజాక్షుసుతు నొక
మీను పట్టి మ్రింగి మేనికాంతు
లెల్లదిశలఁ గ్రమ్మ నెంతయు వెలుఁగొందె
భానుగర్భయైన ప్రాచి కరణి. 74

సీ. జాలరు లంత మత్స్యములఁ బట్టుట కా మ
హోదధిలో వల లొడ్డుటయును
కొంబకు మ్రింగిన ఝష మందులోఁ జిక్కి
విద్యుల్లతికపోలె వెలుఁగుచుండఁ
గనుఁగొని తన్మహాకాంతి కచ్చెరువంది
దివ్యమత్స్యంబిది దీనిఁగొంచుఁ
జని శంబరున కుపాయనముగా నొసఁగిన
మన్నించుఁ గరుణచే మనల నతఁడఁ

గీ. టంచు నూహించి వార లత్యంతవేగ
మునను జని రత్నమయపీఠమునను సపరి
వారుఁడై నిర్జరాధిరాడ్వైభవంబు
నూని పేరోలగంబున నున్నవేళ. 75

క. శంబరునకుఁ బ్రస్తుత హరి
దంబరునకు భటీశేభహరి కిటి చమరీ
శంబరునకు జాలరు లా
శంబరచర ముపదగా నొసఁగి రతఁ డంతన్. 76

మ. ప్రమదం బుప్పతిలంగ నూద తతులన్ రప్పించి యిమ్మీను శీ
ఘ్రముగా మీరలు వండితెం డనిన వార ల్వంటయిల్ సేరి మ
త్స్యము భేదించి మహాద్భుతంబెసఁగఁ దద్గర్భంబునం గాంచి రు
గ్రమయూఖానలతుల్య కాంతికలితాకారోజ్జ్వలున్ బాలకున్. 77

ప్రద్యుమ్నుఁడు రతిదేవియింటఁ బెరుగుట

వ. ఇట్లభినవాకారుం డగు నక్కుమారుం గనుంగొని సూపకారు
లత్యంతరయంబునఁ జనుదెంచి తద్వృత్తాంతంబు తమకందఱ
కధ్యక్షురాలై యందు వర్తించుచున్న సతీలలామంబగు రతిదేవికిం
జెప్పి రంత. 78

క. నారదుఁడు తత్త్వమార్గ వి
శారదుఁడు వపుర్విధా విసర విజిత శర
న్నారదుఁడు భవపయోనిధి
పారదుఁ డా రతివరాంగిపాలికి వచ్చెన్. 79

గీ. వచ్చి బాలోద్భవంబును వనధిలోన
శంబరుఁడు వైచుటయును మత్స్యంబు గర్భ
మునను దాల్చుట క్రమముగా వనితతోడఁ
దెల్లముగఁ దెల్పి చనె మునివల్లభుండు. 80

సీ. అంత మాయావతి యనఁగ శంబరుని గే
హమునఁ బాతివ్రత్య మాచరించు
చును రతి, శివవిలోచన వహ్ని కీలల
దగ్ధుఁడై చనిన యాత్మ విభు మరలఁ

గాంచుటకై ప్రతీక్షించుచు సూపకా
రాధ్యక్షుఁడై యుంట నర్భకుండు
మదనుండని యెఱింగి ముదితాంతరంగుఁడై
తనయార్థియైన చందమున దైత్యు

గీ. నడిగికొని సూపకారుల కడ వసించు
శిశువుఁ గొనివచ్చి వర్ధిల్లఁ జేయుచుండె
నని యెఱింగింప జనమేజయ క్షితీశుఁ
డవలి కథఁ దెల్పుఁడని ముని నడుగుటయును. 81

ఆశ్వాసాంతము

మ. అసురాహార్యకుఠార! తారక శిఖర్యంచద్యశస్సార! సా
రస గర్భాగభిదాద్యలేఖ నుతపద్రాజీవ! జీవాలి మా
నస కంజాతవిహార! హారముఖ నానాభూషణవ్రాత దీ
ప్తి సముద్యచ్ఛుభ దివ్యవిగ్రహా! గ్రహాధిష్ఠాన చక్రాత్మకా! 82

క. వార్వాహవాహముఖ సుర
ధూర్వహ! శర్వకృతవినుతి తుష్టహృదయ! ప
ద్మోర్వీనీలా పరివృఢ!
నిర్వాణప్రద! మురారి! నిగమవిహారీ! 83

మాలిని.
పతగపతి తురంగా! భక్తహృత్పద్మభృంగా!
ధృత జలజ రథాంగా! దేవ విద్విడ్విభంగా!
హృత బుధనికరార్తీ! హీరకుందేందు కీర్తీ!
శ్రిత రిపు సమవర్తీ! శ్రీహయగ్రీవమూర్తీ! 84

గద్యము

ఇది శ్రీ హయగ్రీవ చరణారవిందమరంద నిరంతరాస్వాద సమాసాదిత కవితా చాతుర్యధుర్య శ్రీ మను ప్పిరాల వంశ పయఃపారావార రాకాసుధాకర కేశవా పుత్ర సుచరిత్ర బుధజన విధేయ సుబ్బరాయ ప్రణీతంబైన ప్రద్యుమ్నచరిత్రం బను మహాప్రబంధంబునందుఁ బ్రథమాశ్వాసము.

★

శ్రీరస్తు

ప్రద్యుమ్న చరిత్రము

ద్వితీయాశ్వాసము

* * *

క. శ్రీ రమణీ హృదయాంబుజ
సారస హిత! మహిత కీర్తిచయ విజిత శర
ద్ధారాధర! చక్ర నిక్ర
త్తారాతిగ్రీవ! శ్రీ హయగ్రీవ! హరీ! 1

గీ. అవధరింపుము జనమేజయ క్షితీశుఁ
జూచి సాత్యవతేయశిష్యుండు వలికె
మాయచే దినదిన వర్ధమానుఁ డగుచు
నర్భకుఁడు లబ్ధయౌవనుఁ డయ్యె నంత. 2

వసంతాగమము

క. ఇలమీఁద మరలఁ దలి ర
మ్మల దొర ప్రద్యుమ్నుఁ డనగఁ బొడమి తరుణతన్
వెలయఁ జెలి కాన కన్గొన
సలలితగతి వచ్చెనన వసంతుఁడు దోఁచెన్. 3

క. వనలక్ష్మిఁగూడి చైత్రుం
డనురాగముతోడ నొసఁగె నయ్యెడఁ దా భూ
జనులకు సంపూర్ణముగా
ఘన సుమమాలికలు ఫలనికాయముతోడన్. 4

ఉ. తెమ్మెరతేరి జోదు జగతీ విజయాప్తికి నేగుదేరఁగా
తుమ్మెదరంతులుం జెలఁగఁ దోడనె కోకిల కాహాల ధ్వనుల్
గ్రమ్మఁగ మాధవుం డెదురుగాఁ జని తోడ్కొని వచ్చుచో వనిం
గొమ్మలు సేస లిచ్చుటకుఁ గూర్చిన లాజలునా విరుల్ దగెన్. 5

చ. వరమధుసంగతిం దనరి వర్ధితగంధసమృద్ధిఁగాంచి సుం
దరలతికాలతాంగుల ముదంబునఁ జాపలమొందఁ జేయుచున్
హారువుగ గుత్తులగ్గుచము లంటుచుఁ బుప్పొడి మీఁదఁజల్లి యు
చ్చెరువుగఁ గేళిసల్పె వనసీమ సమీరవిటుండు వేడుకన్. 6

సీ. పద్మాకరంబులు పద్మాకరము లట్ల
కంకణ ప్రభలతోఁ గడు వెలుంగఁ
గొమ్మలగములెల్లఁ గొమ్మలగము లట్ల
నవపుష్ప సంగతి నయము గాంచ
ద్విజ సమూహంబులు ద్విజసమూహము లట్ల
సతతాగమాసక్తి సంచరింప
మధుప బృదంబులు మధుప బృందము లట్ల
జాతి విహీనత సంభ్రమింపఁ

గీ. బల్లవావలి పల్లవపంక్తి కరణి
నలఘు కాంతానురాగంబు లాచరింప
ఘన జగన్మోహనాకార కళలు పూని
వని వసంతుఁడు విహరించె వైభవమున. 7

చ. తనరు తుషారసంఘములు తావక భానుజితత్వవైరితన్
ఘనమగు నాప్తపద్మనిధిఁ గ్రమ్మెనఁటంచును గాలచారకుం
డినునకుఁదెల్ప నాతఁ డిపు డే పడగించెద నంచుఁ దీక్ష్ణతన్
ధనపతి దిక్కుఁ జేరె జనతాహితకారియునై రయంబునన్. 8

చ. అరయ నవాక్సతిం దనయు నంతకు రోయుచు నుత్తరాంగనన్
గురుతర పుష్పకాలకను గోమల పద్మముఖ ప్రభానిధిన్
సరస సరస్వతిన్ సకల సద్గుణశాలినిఁ జెంద భానుఁ డా
వరుసను బోయెఁ జైత్రరథ వైభవయుక్తి నవార్యధుర్యుఁడై. 9

గీ. శిశిరమను భర్త చనిన దుర్దశత నొంది
యార్తమానసమునఁ దపనాగ్నిఁ జొచ్చి
సమసెనో యన సురభి మాసంబునందు
నడఁగె శీతిక జనములు హర్ష మంద. 10

క. హిమవన్నికటస్థిత జ
హ్నుమహాముని శిశు నేర్చెనొక్కొ తదాశా
భ్రమదర్కుఁ డనఁగఁ దీక్ష్ణత
నమరుచుఁ గ్రోలెన్ హిమోత్కరాకాశనదిన్. 11

ఉ. వచ్చె వసంతుఁ డంచు ననివారితభీతి మదిం దలిర్పఁగాఁ
గ్రచ్చఱఁ గొన్ని నాళ్ళు జతగాఁ దనతోడ మెలంగు గాలి యన్
నెచ్చెలికాని చేతికిని నెమ్మి హిమావసరంబు దాఁచఁగా
నిచ్చె ననంగ శైత్య మపు డెంతయు నాతనియందు భాసిలెన్. 12

చ. వనజశరాజ్ఞచే హరిణవాహుఁడు పాంథుల నొంపవచ్చుచో
ఘన వనవీధుల న్మధుపకాంతలు గానము సేయుచుండ నొ
య్యన విని సంతసంబున నిజాశ్వము మెల్లన సాఁగ మందతం
గనె నదిగాక యుండినను గాంచునె తద్గుణ మాతఁ డామనిన్. 13

చ. ఉరవడిఁ గంతు నెత్తుకొని యుత్తర దిక్కునకై హుటాహుటిం
బరువిడుచుండి యచ్చోటను భాసిలు వాసుకి భూషితాంగుఁ డం
చరసి మహాభయార్తహృదయాంబుజుఁడై యలసత్వ మూనెనో
కరువలి నాఁగ మాంద్యమును గాంచె నతండు మధూదయంబునన్.

క. అల పాండ్యవధూ మృగనా
భి లసిత వీటీ సుగంధభృ న్నిశ్వాసా
వళి సంగతిఁ గనెనో పరి
మళలహరి యనంగ సురభిమారుత మొలసెన్. 15

చ. తొడరి వసంతనాయకునితో రతులం గళ లంటఁగాఁ బెనం
గెడి వ్రతతీందుమండలముఖీ వితతిస్తబక స్తనంబులం
బెడతెగకన్ శ్రమాంబుకణబృందము లుద్భవ మొందె నాఁగ న
ప్పుడు వనిఁ గోరక ప్రకరముల్ దనరారెను పాండురద్యుతిన్. 16

క. శ్రీ లాలిత మధుపతి వద
నాలోకన తత కుతూహలాన్విత లతికా
బాలేందుముఖీ వీక్షణ
మాలిక లనఁదగె వనభ్రమద్భ్రమరంబుల్. 17

గీ. పంచశర చైత్రయాత్ర సాగించఁబూని
చైత్రుఁడు తదీయ భటసమాజమ్ముఁ బిలువ
నొక్కమొగి నార్భటులు చేసెనో యనంగ
కూ యనుచుఁ గోయిలలపిండు కూయఁదొడఁగె. 18

సీ. శ్రీయుతాగమశిఖాచింత్యాత్మ మహిమంబు
శుభగుణ బహులతా సురుచిరంబు
పల్లవరాగ సంపన్మనోజ్ఞ పదంబు
పద్మాభివృద్ధి విభాసురంబు
నఖిల పలాశమహోభంగ గరిమంబు
సుమనోవ్రజామోద శోభితంబు
శుక భరద్వాజ వాక్ప్రకట సౌభాగ్యంబు
పటు విప్రయోగి తాపస హితంబు

గీ. నతను ధర్మప్రవర్తన కాకరంబు
వెస సదాభీరులకుఁ గామ విలసనంబు
సాధుబృందావన సుకృతి సత్ఫలంబు
నొనరి కనుపట్టె భువి మాధవోదయంబు. 19

చ. అతిమధుపాళిపిద్గులకుఁ గింశుకవారసతుల్ నిజాస్య సం
భృత మధు వీయఁగాఁ దలఁచి ప్రేమచెలంగ సువీటికారుణ
ద్యుతికలితోష్ఠముల్ దెఱచిరో యనఁగా విలసిల్లె మాధవా
గతినిఁ దదీయ కోరకనికాయ వికాసము లద్భుతంబుగన్. 20

మ. ఒనరన్ గంధవహాఖ్య నాటకవరుం డుల్లాసియై కొమ్మలన్
వనరంగస్థలి లోలపల్లవ రుచుల్ వర్ధిల్ల సారంగ మో
హన కళ్యాణసురాగముల్ సెలఁగ లాస్య ప్రక్రియన్ మాధవుం
డనురాగమ్మునఁ జూచుచుండఁగను దా నాడించుచుండెం దగన్.

గీ. మాధవాగమమునకు సమ్మదము చెంది
యలరు వనలక్ష్మి మదిలోని యలఘు రాగ
రసము వెలిపుచ్చెనో యన నెసఁగె నపుడు
చారు కింశుక కోరక సంచయములు. 22

సీ. ప్రసవశరాంబక ప్రత్యగ్ర నిర్భిన్న
వనదేవతా క్షతవ్రజ మనంగ
మాధవాశ్లేష కామప్రసారిత లతా
తరుణీ కరాంగుళీతతి యనంగ
చైత్రానురక్త భాస్వద్వనశ్రీ సంభృ
తాలేపనాగ్ని శిఖాళి యనఁగ
మదనసేనాగ్రగ మహిజకింకర హస్త
ధృతాబ్జరాగ దీపగణ మనఁగ

గీ. ననమ సమరైక వీరాగ్రయాయి సుమప్ర
షత్కకరసక్తభిన్నపాంథోత్కరాంగ
నిస్సృతాసృక్ప్రవాహ నిర్ణేజితాసి
ధేనుచయమనఁ గిసల వితాన మలరె.

గీ అసమశరుఁ డాకుఱాత నిజాయుధోత్క
రముల రాయంగఁ బొడమిన రాపొడి యన
ఘనతర రసాల సుమరజఃకణము లపుడు
వాతధూతంబులై ప్రాలె వసుధయందు.

ప్రద్యుమ్నుఁడు యౌవనము ప్రాపించుట.

ఉ. అట్టి వసంతకాలమున యౌవనయుక్తి మురారిపట్టి చూ
పట్టె జయంత చైత్ర ధనపాఃజ జిత్తనుకాంతి నల్ దెసల్
చుట్టి జగత్త్రయస్థిత విలోల దృగాళి మనోంబుజంబు ల
ట్టిట్టు చలింపఁజేయఁగ నహీన మహో రమణీయవైఖరిఁ.

సీ. తనమంజుధామరాజి నిరాకృతుండయి
యర్కుఁ డశ్రాంత మిట్టటు చరింపఁ
దనబాహుయుగ దృఢతఁ బరాజితంబయి
సామజకరము చాంచల్య మూనఁ
దనయాననాతి సుందరత నిర్జితుఁడయి
యామినీపతి బహుళార్తి నొందఁ
దన కనదీక్షణద్వయిఁ దిరస్కృతములై
పద్మంబు లంబుల పాలుగాఁగ

గీ. దన జగన్మోహనాకృతిఁ గని సమస్త
భామినీమణు లధిక విభ్రాంతి నొంద
నలరె నారూఢయౌవనుం డగుచు నప్పు
డురు గుణద్యుమ్నుఁడైన ప్రద్యుమ్నుఁ డధిప!

ప్రద్యుమ్నుని సౌందర్యవర్ణనము

సీ. తన కప్పుదేహంబు తరుణీ కలాపి సం
ఘమునకు నీలమేఘంబు గాఁగఁ
దన క్రమ వదనంబు వనితాదృగిందిందిం
రంబుల కంభోరుహంబు గాఁగఁ
దన మందహాసంబు తన్వీ చకోరక
పాళికిఁ జంద్రాతపంబు గాఁగఁ
దన మంజుతర సూక్తి తరళ దృక్కర్ణ చా
తక సంతతికి సుధారసధార గాఁగఁ

గీ. పౌరవనితలు తనుఁగాంచి భ్రాంతినొంది
చిత్రలిఖితల రీతి నిశ్చేష్టితాంగు
లగుచు ననిమేషభావంబు నందుచుండ
నొప్పెఁ బ్రద్యుమ్నుఁ డొప్పుల కుప్పవోలె. 27

వ. ఇట్లగణ్యతారుణ్య సంపన్నుండై యున్న యక్కుమారుఁ బౌరాం
గనా జనంబులు కనుంగొని తద్వయోరూప లావణ్య గాంభీర్యా
విశేషంబులకు తోషంబునొంది డెందంబుల నిట్లని వితర్కింపం
దొడంగిరి. 28

క. ఈ రూప మీ గభీరత
యీ రుచిరత యీమృదుత్వ మీ తరుణత యీ
ధీరత యీపాటవ మె
వ్వారి కయినఁ గలదె ధరణి వర్ణింపంగన్. 29

సీ. పరిపూర్ణ చంద్రబింబ సమాన మగు వీని
మోముపైఁ జేర్చిన మోము మోము
శైలభిద్గజహస్త సన్నిభంబగు వీని
కరముఁ బట్టినయట్టి కరము కరము

అధిక సౌందర్య గేహ కవాట మగు వీని
    యురము గదించిన యుర మురమ్ము
మరకత స్తంభశుంభత్కాంతిఁ దగు వీని
    యూరుల నెనసిన యూరు లూరు

గీ. అబ్జరాగారుణ ద్యుతి నలరు వీని
మోవితేనియ లానినమోవి మోవి
జోడుపాయక వీనితోఁగూడి రతులఁ
దనరుచుండెడి జవరాలి తనువు తనువు.

ఉ. పున్నమనాటి చందురునిఁబోలు ముఖాబ్జము; మందహాసవ
వెన్నెలరీతి నున్నయది; విండ్లను గేరెడునట్టి బొమ్మ; లా
కన్నులు చేరలంతలయి కానఁగనయ్యెడి; వీనిరూప మా
పన్నగనేతకైన నిలఁ బ్రస్తుతిఁజేయఁ దరంబె చూడఁగన్.

సీ. వీని సుందరమూర్తి వీక్షించినసె కాని
    కలుగునే కన్నులు గల ఫలంబు?
వీని మంజులసూక్తి విన్నయంతనె కాని
    కలుగునే వీనులు గల ఫలంబు?
వీనిఁ గౌఁగిటఁజేర్చి బిగియించిననెకాని
    కలుగునే కరములు గల ఫలంబు?
వీని వాతెఱతేనె వేడ్కఁ గ్రోలినఁగాని
    కలుగునే నాలుక గల ఫలంబు?

గీ. త్రిజగతీ కామినీ భాగధేయమైన
యీ మనోహరుతోఁగూడి యింపుతోడఁ
గ్రొందలిరువిల్తుననికి మార్కొనక యున్నఁ
గలుగునే బోటి జన్మంబు గల ఫలంబు.

మత్తకోకిల :

ఈవిధంబునఁ బౌరకామిను లెల్లఁ దన్మహనీయ తే
జో విశేషము లల్లనల్లనఁ జూచి యెల్లెడ గుంపులై
భావసీమఁ దలంచుచున్ బహుభంగులం గొనియాడుచున్
భావజాస్త్ర విభిన్న మానస పద్మలైరి నరేశ్వరా! 33

ఉ. ఆ రతియుం దదీయరుచిరాకృతిఁ గన్గొని నాఁడునాఁటికిన్
ధీరత నెల్లఁ బోవిడిచి, త్రిమ్మరువేళ, భుజించువేళ, శృం
గారము లూనువేళ, సుమకల్పిత శయ్యాశయించువేళఁ బెం
పారెడు ప్రేమతో నతనియందె మనంబిడె విస్మృతాన్యయై. 34

చ. నలినదళాయతాక్షి హరినందను కన్నులతేటయున్, ముఖో
జ్జ్వలతయు, మేనిసొం, పెగు భుజంబులతీ, రురమందముం, గరం
బుల రుచిరత్వ, మంగుళుల పొంకము, వాఙ్మధురత్వముం. బదం
బుల మృదులత్వ మెన్నుచును బొంతఁజరించుఁ దదేకచిత్తయై. 35

రతిదేవి విరహవర్ణనము

శా. రారా పాపఁడ! రా కుమారకుఁడ! రారా కూన! రా బాలకా!
రారా బంగరుకొండ! యంచును గిశోరత్వంబునం బల్కుటల్
సారంగేక్షణ మాని, సామి వగలేలా? పల్కవేరా? విడెం
బీ రాజాణ! యఁటంచుఁ బల్కఁదొడగెన్ హృద్యంబులౌ పల్కులన్.

సీ. కాంతుఁ డొక్కొకవేళఁ గనుమాటు చెందిన
క్షణము యుగంబుగా గణుతి చేయుఁ
చెలువుఁ డొక్కొకవేళఁ బలుకాడకుండిన
మందభాగ్య నఁటంచు మది గణించు
జాణ యొక్కొకవేళ జననీ యఁటన్నను
రోసి కన్గవ కెంపుచేసి చూచు
సరసుఁ డొక్కొకవేళ విరసత నొందిన
నిట్టూర్పుపుచ్చి కన్నీరు నించు

గీ. మోహవిభ్రాంతి కతన నమ్మోహనాంగి
కామినీ మానహారుఁడగు నా మనోహ
రాంగు నెప్పుడు పైకొందు ననుచుఁ దలఁచు
విరహ మగ్గలమైనచో విధిని దూఱు. 37

క. జనులెవ్వరు లేనియెడం
గనకాంగి పయంట జారఁ గౌ నసియాడం
దనువల్లి మెఱయఁ గదియం
జని రయమున నతనిఁ బైకొనన్ గమకించున్. 38

సీ. వలపు నిల్పఁగలేక చెలిచెంత కరుదెంచు
నరుదెంచి తెప్పనేయకయె చూచుఁ
జూచి యాచెలువు మెచ్చుచు నచ్చెరువు పొందుఁ
బొంది చిత్తరుబొమ్మపోల్కి నిలుచు
నిలిచి యుస్సురఁటంచు నిట్టూర్పు నిగుడించు
నిగుడించి తమిఁ బైఁ బడఁగఁ దలంచుఁ
దలఁచి సిగ్గున లోనఁ దహతహ చెందును
జెంది మై చెమరింపఁ జేల నొత్తు

గీ. నొత్తి మరుబారి కోర్వక యొడలఁ బులక
లెసఁగ మిసమిసఁ దగు చన్ను లెలమి నెదను
జేర్పఁ దాఁ జనుఁ జని మించు చెలువు మెఱయఁ
దొలఁగుఁ దొలఁగియు నతనిఁ దోడ్తోనఁ గదియు. 39

గీ. ఇట్లనేకవిధంబుల నిగురుఁబోణి
రమణుఁ గనుఁగొని చాల విరాళిఁ జెంది
తలిరువిల్తుఁడు తమ్మిపూ ములుకు లెదను
జులుకు చులుకున నిగుడింప సొలసి యలసి. 40

క. పెనఁగొని లజ్జాభయములు
వెనుకకుఁ దివియంగఁ బువ్వువిల్తుఁడు వేఁబై
కొనుమనుచు మోహపాశము
లను ముందటి కీడ్వఁ గొందలం బందు మదిన్. 41

రతిదేవి ప్రద్యుమ్నునకుఁ దన్నెఱింగించుకొనుట

శా. ఆ రామామణి యొక్కనాఁడు నవఫుల్లాంభోజనేత్రాత్మజుం
డారామస్థలి నొంటి నుండఁ గని మారాస్త్రానల జ్వాలికా
వారంబుల్ పయిఁ గ్రమ్మ సైఁపకను శేవం గౌఁగిలింపంగఁ 'హా
శ్రీరామా' యని త్రోచివైచి పలికెం జిత్తంబునన్ రోయుచున్ 42

గీ. 'అకట యిటువంటి నడక లెందైనఁ గలవె?
పాప మనకను నీవిట్లు భయము విడిచి
నన్నుఁ గూడంగఁ దలఁచితి న్యాయ మగునె?
తనయుతోఁ బొందు గోరెడు తల్లి కలదె?' 43

చ. అన విని పిన్నన వ్వొలయ నాతనిఁ గన్గొని నీదు వృత్తమున్
విను మనిపల్కె 'శ్రీధరుని వీర్యముచేత విదర్భరాజ నం
దనకు సుమాస్త్రునంశమున ధారుణిపై జనియింప శంబరుం
డనఘ! రిపుం డఁటంచు నిను నంబుధివై చెఁ గృపావిహీనుఁడై. 44

గీ. జలధిఁబడఁ గని యొక జలచరము మ్రింగ
జాలరులు దానిఁ గొనివచ్చి శంబరునకు
నొసఁగ నద్దానవుఁడు మహానస గృహంబు
కడకు ననుపంగ నందున వెడలి తీవు. 45

చ. హరుని యనుజ్ఞ యుష్మదుదయంబు మనంబునఁ గోరి వీని మం
దిరమున కేగుదెంచి నియతిన్ వసియించితి; నీదు భార్యనై
న రతిని; నన్ను వేరుగఁ గనం దగ దింక మనోహరా! నిరం
తర కృప నేలరా! బహువిధంబులఁ బెంచితిఁ బెద్దచేసితిన్.' 46

గీ. అనినఁ బ్రద్యుమ్నుఁ డత్యాగ్రహమున లేచి
'యింతి యేమేమి! యీదైత్యుఁ డింత మాయఁ
జేసి నన్నిటు గొంచుఁదెచ్చెనె? తదీయ
మద మణంగించి యిపుడె వచ్చెదను గనుము.' 47

క. అని శంబరాసురునితో
నని సేయఁగఁ బోవు విభున కడ్డము చని మా
నిని కౌఁగిలించుకొని యనెఁ
దనదు వచోరచనలను సుధారస మొల్కన్. 48

శా. "మాయాయుద్ధ విశారదుం డతఁడు జంభద్వేషిపైఁ బెక్కు దై
తేయవ్రాతము గొల్వఁగా నరిగి యా దివ్యావళిం దోలి బ
ల్మాయల్ పన్ని జయించె నూరకను గెల్వన్ రాదు సాస్త్రంబుగా
మాయాగ్రామ మొసంగెదం గొనియనిన్ మాయింపుమద్దానవున్.

తరలము:

వెన రొకింతయు లేక నిన్నిటు నీచదైత్యుఁడు గొంచుఁ దె
చ్చిన 'సుతుం డెటఁబోయెనో యెడఁజేసి తయ్యయొ దైవమా!'
యనుచుఁ దర్ణకముం దొలంచిన యావుచందమునన్ భవ
జ్జనని యెంత మనంబులోన విచారమందుచు నున్నదో!" 50

గ్రీష్మర్తు వర్ణనము

క అని పలికి యమ్మురాంతక
తనయునకు సమస్త శత్రు దర్ప వినిర్భే
దినియై తగు మాయా వి
ద్యను వికచ సరోరుహాయతాక్షి యొసంగెన్. 51

క. ప్రద్యుమ్నుఁ డిట్లు మాయా
విద్యాన్వితుఁడై నిజచ్ఛవి జిత శిఖావ
ద్ద్యోతుఁ డగుచు శత్రు వ
ధోద్యుక్తుం డయ్యె దైవతోత్కర మలరన్. 52

క. కౌతుక మెసఁగఁగ మిథున వి
భూతిం దగు హారితనూజుఁ బొడఁగని తా నా
రీతిఁ జెలంగెనో యనఁ గం
జాతహితుం డపుడు మిథున సంగతిఁ గాంచెన్. 53

గీ. అంత మాధవు నెడఁబాసి యడలుచున్న
పుడమి పువుఁబోణి మదిలోనఁ బొడమినట్టి
విరహాశిఖి శిఖలెల్లను వెలికిఁ గ్రమ్మె
నో యన నిదాఘ సమయంబు డాయవచ్చె 54

సీ. తపన కరార్దిత కుపిత శార్దూలాభి
హత తజ్జవాహాన్వయ మహిషంబు
ప్రత్యగాశుగభంగ భరితరుట్పంచాస్య
హత తత్తురగ వంశ్య హరిణచయము
దవదాహ జామర్ష దందశూక వ్రాత
సంగ్రస్త తత్పరి స్పర్శనంబు
చండదీధితితాపజ క్రోధ మత్తేభ
కరహృత తత్ప్రియ కంజ వనము

గీ. దుస్సహార్యమ కిరణజ దుష్టరోష
భీమ శరభ సమూహ విభిన్న తన్ని
కాయ్యనామక సింహనికాయ మగుచు
గ్రీష్మ సమయంబు తనరారె భీష్మ మగుచు. 55

సీ. అంబర వ్యాప్త మహోపరాగాళిక
జలధరోచ్చలిత హంసవ్రజంబు
గాఢమరీచికా కపట తరంగిణీ
జలలుబ్ధ పరిచర చ్ఛంబరంబు

భానుతప్తార్కాశ్మ భవ వహ్ని కీలా మృ
షా కింశుకాగత షట్పదంబు
పవనలేశోద్ధూత బంధూక మాయాగ్ని
కణ పలాయిత ఝల్లుక ప్రచయము

గీ. పటు తరాతప దళిత భూ భాగ కుటిల
లేఖికాకూట పన్నగాళి ప్రభేద
మగ్న చంచూద్ధర వ్యగ్ర భుగ్న శార్ఙ్గ
వారమై యొప్పె గ్రీష్మర్తు వాసరంబు. 56

గీ. పతి వియోగంబు నొందిన పడతులట్ల
రమణు నెడఁబాసి యతను తాపమున నదులు
జీవనంబులులేక కృశించి తమ దు
కూల పరివర్తనమునకుఁ జాలవయ్యె. 57

గీ. చండభాను ప్రభా భిన్న శాల్మలీ ఫ
లాళి నిర్గత తూలౌఘ మభ్ర సరణి
ననిల జవమునఁ జన నొప్పె నా దినేశుఁ
గనలి చుట్టుకొనంగఁ బోయెనొ యనంగ. 58

చ. ఇన తురగాళివేగము సహింపక పశ్చిమ దిక్సమీరణం
బనుపఁ బరాగచక్రము రయంబున విక్రమభంగిఁ జుట్టు ము
ట్టినఁ గనుమూసి మెల్లన నటింపఁగ యానము సాగమిం జుమీ
దినచయ మా నిదాఘమున దీర్ఘత నొందెను నాఁడునాఁటికిన్. 59

ఉ. బేలతనంబునం గమలవృద్ధి నజస్ర మధుప్రమత్త చం
డాళుల పాలుచేసి వెడఁగైతిఁ దలంపఁగఁ జాతదాన హీ
నాళికి నిట్టిదే తెఱ వఁటంచు జలౌఘము తెల్పుభంగి నా
ళీల ఖరాంశుతప్తమయి పెంపుఁ దొఱంగి యధోగతిం బడెన్. 60

శా. దాక్షిణ్యంబుదొఱంగి వాయువు జగత్ప్రాణాఖ్యుఁడై యుండియుం
ప్రక్షోభింపఁగఁ జేసె జీవ వితతిం బాశ్చాత్య సంయుక్తిచే
వీక్షింపన్ ఖలసంగతిన్ సుజనుఁ డుర్విన్ దుష్టుఁడౌ నంట ప్ర
త్యక్షంబయ్యె నఁటంచు వేసవి జనుల్ తర్కింతు రెంతేనియున్. 61

చ. తనరు వసంతునిం గలిసి దర్పక సంగతిచే వియోగులన్
మును వెత నొందఁ జేసితివి ముజ్జగముల్ గొనియాడున ట్లిఁకన్
ఘన తప తప్తలోకమును గాచెద నంచు సమీరయుక్తిచేఁ
గనె విధుఁ డీ స్వరూప మనఁగాఁ దనరారెను తాళవృంతముల్. 62

చ. ఘనమగు గ్రీష్మతాపహతి గాసిలి శీతము భీతిఁజెంది యిం
పొనరఁగ వేగ స్వాశ్రయ పయోధర నామము లంచుఁ గామినీ
స్తన గిరిదుర్గవర్గముల చాటున నోటమిలేక నిల్చెఁ గా
దనఁబని యేమి? శైత్యమపు డచ్చటఁ దా వసియించియుంటకున్.

క. ధరణిం బాంథచకోరో
త్కరముల కానందముగ విధాత యనేకాం
బురుహోహిత బింబములను
విరచించెనొ యనఁగ నదుల వెలసెన్ జలముల్. 64

శా. చండాంశు శ్వసన ప్రభావ దళితక్ష్మా పద్ధతిన్ లేచి శే
షుం డా ఖాను గ్రసింప సింహికతనూజుం బంచి గాలిం గొనం
జండస్ఫూర్తి ముఖంబులం దెలిచి భాస్వద్రత్నశీర్షంబు లొం
డొండన్ మీఁదికి నెత్తెనా వెలసె నయ్యున్నాళనాళీకముల్. 65

సీ. ఘన ఘర్మకర తాప గతసార కాసార
పటుపంక పరిలుఠ త్కిటి గణంబు
లోల దావానల జ్వాలికాయుత వాల
జాల ప్రచాలిత చమరి కులము

భాను భానూత్కర బాధిత బహుపాంథ
కలిత పానీయ నికాయ్య చయము
ప్రద్యోతన ద్యోత ఖిద్యమాన సవత్స
ధేను సంవేష్టితోద్యాన వనము

గీ. సవితృ కిరణ తనూకృత జానుదఘ్న
భువనభవనాండజాదన భూరి కుతుక
భరిత బకయూధ సంచార భాసమాన
పంకజాకర నికరమై ప్రబలెఁ దపము. ౬౬

మ. వనజాతంబు లినాంశు బాధల నధఃపాతంబునుం జెందఁగా
వనజాతంబులమై నిరాదరణచే వర్తించుటల్ మేలు గా
దని యత్యుచ్ఛ్రిత వేణు హస్తములచే నందంద పైకెత్తెనో
యన నూష్మాగమవేళలం దెసఁగెఁ జెల్వై యంబుయంత్రావళుల్.

గీ. స్థాణుఁడయ్యు పలాశిసంతతినిఁ బ్రోవఁ
జాలఁడని యంబుయంత్రముల్ శర్వుఁ గేరి
స్థాణు సంగతిఁ గాంచి సంతప్తమౌ ప
లాశి సమితికి జీవనలక్ష్మి నొసఁగె. ౬౮

మ. నలినాస్యాధర మాధురీమహిమ నూనన్వచ్చి వే ఖండితం
బులునై యిక్షువులెల్ల గానుఁగలలోఁ బొక్కన్ నిరీక్షించి వి
హ్వలతం దాదృశ మధ్యమాకృతులచే వర్తించు సింహవ్రజం
బులు కంపంబున వేసవిన్ గుహలలోఁ బొల్చెన్ విలీనంబులై. ౬౯

గీ. కేళి మీఱంగఁ దగు నారికేళనగము
లలఘుఫల జలధర జాల మబ్జమిత్రు
గర్వమణఁప నిజోత్తమాంగములఁ దాల్చి
క్రమ్మె నాఁగ నుదగ్రత కాననయ్యె. 70

సీ. పథిక భేక సమూహ పరితాపనుద శీత
పరిపూర్ణ సలిలకూపం బనంగ
నలసాధ్వనీన తోయధరావళీ జీవ
న ప్రదాయక మహార్ణవ మనంగ
నంబుజాప్తాంశు తాంతాధ్వగాళీందింది
ర సుఖద కమలాకరం బనంగ
వితత తృష్ణాసమన్విత పాంథచాతక
కామితప్రద ఘనాఘన మనంగ

గీ. లలిత జంబీర ఫలరస కలిత తక్ర
భరిత పృథుకుంభ సంరంభ హారణ చటుల
పటు లసత్కుచకుంభ శుంభత్ప్రతీప
దర్శినీ రంజిత ప్రపోత్కరము తనరె. 71

వ. మఱియు నుద్దండ మార్తాండకర ప్రకర నితాంత తాంతాంగసంగత స్వేదబిందు బంధుర కామినీ కుచాంచలోల్లస చ్చేలాంచ లాకర్షణ వ్యగ్రోద గ్రోత్క్షిప్త కరకాండ కమలాకర కాండాతర్గత యువ నివహ విరాజమానంబును, ఘుమంఘుమిత నిస్తుల కస్తూరికాకలిత లలిత ఘనసార మాలతీ మల్లికాకుందారవింద నవమాలికా వీటికా సరస పనస మనోహరాకార సహకార విదళ త్కదళీఫ లామల తుషార ధవళగత తుషార్ద్రముద్గఖండ గుడోదకనారికేళ ఫలా ద్యనేక శిశిరోపచారగత విచార వేదప్రచార భూసురనికర భాసు రంబును, తపత్తపనాతప సంతాపమోచక మేచక పతత్పతంగ పత్ర ద్విగుణితాగణిత పత్రోత్తుంగ తుంగ సాల విశాలస్నిగ్ధముగ్ధ చ్ఛాయా కాయమాన మోదమాన గళిత గృహాభిమాన జననీయ మాన దినసంతానంబును, భాస్కర తస్కరాపహృతప్రాణ జగ త్ప్రాణిశిశుసంస్పర్శనాభావ వ్యాకులిత భావ మార్గణ వ్యగ్ర సదన

నిర్గత సాంద్రచంద్రచంద్రికాజాల రంజిత మంజులవాలుకాతలచక్ర
మాణ రమణీ రమణతుపితతుపాచయంబునుం గలిగి, సాగరంబునుం
బోలె బృహద్భానుగ్రసిత వనంబై, వాసంతికవనంబునుంబోలె
సజ్జాతపత్రంబై, వంధ్యావధూటియుంబోలె నశ్రుతపోతవార్తంబై
గోపికాంగనయుంబోలె గోపరాగజనకంబై యొప్పిన. 72

ప్రద్యుమ్నుఁడు శంబరుని యుద్ధమున కాహ్వానించుట

గీ. అట్టి జనతాతితాపనోష్మాగమమున
శంబర నివాసకరుఁడైన యంబుజాప్తు
శిఖ నేర్చెనో యనఁగ నధోక్షజుని సు
తుండు శంబర నిరసనోద్యోగి యయ్యె. 73

చ. కవచము దాల్చి బల్ బొమిడికంబు ధరించి మహాధనుర్నిషం
గ విశిఖసంగమూని లయకాల కృతాంతుఁడో యనుచు దేవతల్
దివి బహుభంగులం గని నుతింపఁగ వృత్రుని మీఁదఁబోవు వా
సవుగతి నేగి మ్రోలఁ గనె శంబరు మస్తకఘట్టితాంబరున్. 74

మ. కని కల్పావసరాంబుభృద్ధ్వని మహాగంభీర సంభాషణం
బునఁ బల్కెన్ 'దనుజాధమా! వినర దుర్బుద్ధిన్ మదీయాంబఁ బా
పి ననుం దెచ్చి పయోధి వైచితివి; నిన్ బృందారకుల్ సౌఖ్యముం
గన నాజిన్ వధియించి ధాత్రికి బలిం గావింతు నిక్కంబుగన్.' 75

మ. అనినన్ రోషవిభీషణుండగుచు వాఁడక్షిద్వయిన్ విస్ఫులిం
గ నికాయంబులు రాల్చుచుం బదహతిన్ క్ష్మాచక్ర మల్లాడ ది
గ్గన పీఠంబుననుండి లేచి దివిషద్గంధర్వ విద్యాధరా
హినగాదుల్ చలియింప నిల్చి పలికెన్ హృద్భేదకృద్భాషలన్. 76

శా. 'ఏరా! నాఁడు పయోధి వైచినను నీ వేరీతినో తప్పి నం
జేరన్ వచ్చితి పాకశాలఁ జొరు కుందే లట్లు, నిన్నింక దు
ర్వారస్ఫార రణాబ్ధి వైచెదను రా' రమ్మంచు నేణంబు నా
గారిం దాఁకు విధంబునం గవిసె దేవారాతి ప్రద్యుమ్నునిన్. 77

ప్రద్యుమ్న శంబరాసురుల యుద్ధము

క. కదిసిన నదరక బెదరక
యదుకుల నందనుఁడు సమధికాగ్రహము మదిం
గదురఁగ నెదురుగఁ జని తన్
భిదురధర ప్రముఖ విబుధ బృందము మెచ్చన్. 78

క. ఘోరమ్ముగా ధనుష్టం
కారం బెసఁగఁగ నజిహ్మగము లొకనూ ఱి
న్నూఱును మున్నూఱును న
న్నూఱేనూఱేసెఁ దత్తనువు నిండంగన్. 79

ఉ. అంత నొకింతయున్ వెఱవ కద్దనుజేంద్రుఁ డహంకరించి య
త్యంత రయంబునన్ నిజశరాహతిఁ దద్విశిఖాళినెల్ల నిం
తింతలు తున్కలై రణమహిం బడఁగా నొనరించి మించి క
ల్పాంత ఘనంబుభంగిఁ గురియందొడఁగెన్ రిపుపై శరావళుల్.

క. ధారాధర ముక్తాంభో
ధారలఁ జలియింపనట్టి ధరణీధర మ
ట్లా రతికాంతుఁడు తచ్ఛర
వారమునన్ బెగ్గడిల కవార్య స్ఫురణన్. 81

శా. ఆగ్నేయాస్త్రము మంత్రపూర్వముగ నేయంగాంచి యద్దైత్యుఁడు
ద్విగ్న స్వాంతుఁడు గాక వారుణపతత్రిం ద్రుంచి శస్త్రావళీ
మగ్నుం జేసిన భీతినొందకను భీమప్రక్రియన్ కార్ష్ణి కృ
ల్లగ్నాత్ముండయి హేళిమంచుఁబలెఁ దూలం జేసెఁ దద్యత్నముల్.

సీ. హరిజుఁ డంతట ధరాధరశరం బేసిన
దనుజుండు భిదురాస్త్రమున హరించి
వెసఁ బన్నగాస్త్రంబు వేసినఁ గని దాని
రతిపతి గారుడాస్త్రమునఁ దునిమెఁ
గ్రవ్యాదుఁ డంధకార శరం బమర్చిన
రమపట్టి సౌర బాణమునఁ ద్రుంచె
నమరాభియాతి మేఘాస్త్రంబు నిగిడింపఁ
బ్రద్యుమ్నుఁ డాశుగాస్త్రమునఁ దునిమె

గీ. నసురుఁ డురవడిఁ బరిఘ పట్టిస కృపాణ
పరశు చక్ర క్షురీ హల ప్రాస భిండి
వాల ముఖ్యాయుధము లేయ వానినెల్లఁ
దత్తదాయుధముల శౌరి తనయుఁ డడఁచె. ౮౩

వ. మఱియు నివ్విధంబునఁ బోరు ఘోరంబై చెల్లుచున్న సమయంబున శంబరుండు గదాకలిత హస్తుండై గదాగ్రజాగ్రనందను వయిం గవిసిన నమ్మేటిమగండును నాటోపంబుగాఁ బరిపంథి సముదయ మనోగదయగు గదఁ గేల నమర్చి పేర్చి యార్చి యెదిర్చె; నట్లయ్యిరువురు నతిసంరంభ విజృంభమాణులై, కరికరియును, గిరిగిరియును, హరిహరియును దాఁకు చందంబునం దలపడి సవ్యాపసవ్య సంచారంబుల, మండల భ్రమణంబుల, నితరేతరాహ్వానంబుల, తర్జనభర్జనంబుల, రోషభీషణారుణేక్షణవీక్షణంబులఁ, బరస్పరధిక్కరణంబుల మహీతలచరణ ఘట్టనంబుల, గగనతలోత్పతనంబుల శిక్షా కౌశలంబులు మెఱయ నొక్కసరిగాఁ బెనంగుచున్న సమయంబున. 84

చ. ఒకదెసఁ జూపి యొక్కెడ మహోద్ధతి వేయును, మేనువంచు, వ్రేఁ
తకుఁ దలఁగుం, దటాలున నెదం బ్రహరించి ఖగంబురీతి మిం
టి కెగయు, నంతలోనన కడింది దగన్ ధరనిల్చుఁ గల్మి చె
ల్వి కొడుకు చిత్రమార్గ గతులన్ గదఁబూని సురాళి మెచ్చఁగన్.

చ. గద గద ఖంగుఖంగు మనఁగాఁ దవిలించుచు దవ్వుదవ్వుగాఁ
జెదరుచుఁ గూడుచుం దలలఁ జేతుల వక్షములం బిఱుందులన్
మద మెసఁగంగ వ్రేయుచు సమంబుగ నిర్వురుఁ బోరి రప్డు వృ
త్ర దివిజపుల్ పెనంగిన విధంబున శోణితసిక్తగాత్రులై. 86

వ. అయ్యవసరంబున. 87

క. కుంఠేతరబలమున సో
ల్లుంఠనములు పల్కి, 'గద విలోకింపుము నీ
కంఠంబునఁ బడు,' నని సో
త్కంఠతఁ దా నార్చివైచె దానవుఁ డంతన్. 88

ఉ. తద్గద పేశసంకలిత ధాత్రిధరంబన వచ్చి వల్లవీ
పిద్గ తనూజుపైఁ బడినఁ జేష్టలుతే కటువ్రాలె, నంతఁ బ్ర
ద్యాద్గణ ముత్సహించె, సుర లాకులతంగని రంతలో జగ
త్కృద్గురు పట్టి తెల్విగని దిగ్గనలేచి మహోగ్రహంబునన్. 89

క. బిరబిర కేలం గదఁగొని
గిరగిరగిరఁ ద్రిప్పి దివిని ఖేచరు లలరన్
శిరముపయి వైచుటయు ని
ర్జర వైరి ధరిత్రిఁ గూలె సమసిన భంగిన్. 90

శంబరుఁడు మాయాయుద్ధమునకుఁ దొడఁగుట

శా. శక్రామిత్రుఁడు గొంత సేపునకు మూర్ఛం దేఱి కన్దోయి రు
ట్చక్రజ్వాల లెసంగ నిహ్నుత తనుస్ఫూర్తిన్ నభోవర్తియై
శుక్రాభ్యర్ణ గృహీతమాయికఁ దమ స్తోమంబుచేతన్ దిశా
చక్రాచ్ఛాదన మాచరించి ధరణీచక్రంబు గంపింపఁగన్. 91

సీ. ఒకచోటఁ గాలాభ్రనికరంబు పుట్టించు
సుడిగాలి నొకచోటఁ జుట్టఁజేయు
రచియించు నొకచోట రక్తధారావృష్టి
పరఁగించు నొకచోటఁ బలల చయము
తరువుల నొకచోటఁ దఱచుగాఁ గురియించు
నొకచోట నురలించు నుపలములను
ఫెళఫెళ నొకచోటఁ బిడుగులు పడఁజేయు
గర్జల నొకచోటఁ గలుగఁజేయు

గీ. ముసల లాంగల కరవాల ముద్గర త్రి
శూల తోమర శర భిందిపాల చక్ర
పరశు పరిఘాదు లొకచోటఁ దొరఁగఁజేయు
సకల లోకంబు బెగడొంద నసురవరుఁడు. 92

ఉ. వెండియు వార్ధులేడు పృథివీప్లవనం బొనరించె, మెండుగాఁ
గొండ లిలం బడందొడఁగెఁ, గుర్కుర కీశ తరక్షు భల్ల వే
దండ వరాహ గర్దభ గజాహిత కోక శివా శశాఖుభు
గ్గండక వాహ సైరిభ మృగంబులు దోఁచె రణాంగణంబునన్. 93

వ. ఇవ్విధంబున శంబరప్రేరిత మాయాకదంబం బంబరంబునం దతి
భీషణంబై కనుపట్టినఁ బురందరాది బృందారక బృందంబులును,
మహర్షి సందోహంబులును గనుఁగొని డెందంబున నమందభయంబు
నొంది 'స్వస్తి గోబ్రాహ్మణేభ్య' ఇతి ప్రార్థనపరులై రంత
మురాంతక సుతుం డంతరంగంబున నొకింతయుం జింతిలక సంవర్త
సమయ సమవర్తి కరణి నవష్టంభ విజృంభితుండై పరనిరాసనకరం
బగు శరాసనంబునుం గొని మౌర్వీరవంబున బ్రహ్మాండభాండంబు
నిండించుచు నిజప్రభావ పరిభావిత శత్రు మాయానికాయ యగు
మోహనమాయ నభిమంత్రించి దండధర దండోపమంబగు నిశిత

కాండంబు ప్రయోగించిన నమ్మహాశరం బనేకరూపంబులు గైకొని సర్వతోముఖంబై మంచు విరియించు మార్తాండు విధంబునఁ దదీయ మాయ మాయించిన నా రాత్రించరుండును వితథ మనోరథుండై క్రమ్మఱఁ బుడమికి లంఘించి ఫలక కృపాణంబులు గైకొనిన నవియు నొక్క శరంబునఁ జిద్రుపలు గావించి నిలువక సమంత్రంబుగాఁ జంద్రహాసంబు వేసిన. 94

ప్రద్యుమ్నుఁడు శంబరాసురుని సంహరించుట

ఉ. ధారుణి దిర్దిరం దిరుగఁ, దామరసాప్త సుధామయూఖ సం
చారము దప్పఁ, దారకలు జల్జల్రాల, గిరుల్ చలింప, ది
గ్వారణముల్ భయంపడ, నవారణ నయ్యని యేగుదెంచి బ్రం
దారకు లౌ ననం దునిమె నప్రమ సురాసురు శంబరాసురున్. 95

ఉ. తత్సమయంబునన్ ఘనపదంబున నిల్పి ప్రసూన వర్ష మ
త్యుత్సవ మొప్పఁగాఁ గురియు చుద్ధతి భేరులు మ్రోయఁజేసి సం
పత్సుదతీ తనూజు బహుభంగులచేఁ గొనియాడిరౌర! దు
ర్హృత్సమవర్తి లోకముల నీతఁడు చూపె నఁటంచు దేవతల్ 96

సీ. శంబరు నీరీతి శమను పురంబున
 కనిచి ముత్కలితాంతరంగుఁ డగుచుఁ
ప్రద్యుమ్నుఁ డరుదేరఁ బ్రమదంబు నిండారఁ
 గా నెదుర్కొని రతికాంత, గాఢ
పరిరంభ మొనరించి ప్రస్తుతి గావించి
 'తడయక మనమింక ద్వారవతికిఁ
బోయిరావలె' నని పొందుగా వచియించి
 వ్యోమచారిణి గాన నువిద యతని

గీ. నెత్తికొని యంబరంబున కెగసె ననుచుఁ
చెప్పినను విని కౌతుక ముప్పతిల్ల
నవలి వృత్తము జనమేజయ క్షితీంద్రుఁ
డానతిం డని మునివరు నడుగుటయును. 97

ఆశ్వాసాంతము

శా. పాషండోత్కర ఖండ! ఖండపరశు బ్రహ్మాది సంపూజితా
శేషప్రాప్య పద స్వరూప నిహిత శ్రీకాంత! కాంతాహిరాట్
శేషాంకస్థల శోభితాంగ! విలసత్ క్షీరోదజోరస్థలా
శ్లేష! ప్రాజ్ఞ జనప్రియంకర! కరశ్లిష్టాబ్జ చక్రోజ్జ్వలా! 98

క. ఝష, కమఠ, కిటి, నృహరి, వటు,
వృషగమనచ్ఛాత్ర, భూసురేశ, హలి, ముర
ద్విష, దబలాకృతిహా కలికి
మిష నానారూప! కమలమిత్రాబ్జాక్షా! 99

భుజంగప్రయాతము

వియద్వాహినీ హార వి ధ్వబ్జవా గ్దు
గ్ధ యాదఃప పీయూష తారా సితాంభః
శర్యైశాత్మ భూభూ గజద్వి ట్సుధాంధో
హయానంత కీర్తి! హయగ్రీవమూర్తి!

గద్యము

ఇది శ్రీ హయగ్రీవ చరణారవిందమరంద నిరంతరాస్వాద సమాసా
కవితా చాతుర్యధుర్య శ్రీ మన్నుప్పిరాల వంశ పయఃపారా
వార రాకాసుధాకర కేశవార్యపుత్ర సుచరిత్ర బుధజన
విధేయ సుబ్బరాయ ప్రణీతం బైన ప్రద్యుమ్నచరిత్రం
బను మహాప్రబంధంబునందుఁ ద్వితీయాశ్వాసము.

★

శ్రీరస్తు

ప్రద్యుమ్న చరిత్రము

తృతీయాశ్వాసము

* * *

క. శ్రీశశివర! నాహృదయ కు
శేశయ మధుకర! కరాగ్రశితనఖరాశీ
నాశిత రిపుపలలాశీ!
యాశీవిషవైరి హయ! హయగ్రీవ! హరీ! 1

ప్రద్యుమ్నుఁడు రతి సహితుఁడై ద్వారకాపురికి బయలుదేరుట

గీ. అవధరింపుము జనమేజయ క్షితీశుఁ
జూచి సాత్యవతేయ శిష్యుండు పలుకు
నట్లు నిజపురిఁ గనుఁగొన నాత్మఁ దలఁచి
ప్రమద మెసఁగంగ గగనమార్గమునఁ జనుచు. 2

మ. కని రద్దంపతు లభ్రగంగ - వికసత్కంజాత సంజాత ఖే
లన సారంగనినాద హారి మధురాలాపాప్సరోమానినీ
జన వక్షోజ విలిప్త కుంకుమ రసాంచద్రాగ వీచీ సమా
జనటత్క్రౌంచ రథాంగ మద్గు వరటా చక్రాంగ - మార్గంబునన్.

శా. అంతం గాంతునితో నెలంత పలికెం "ప్రాణేశ! వీక్షించితే ?
కాంతా సంస్పృహణీయమైన భవదాకారంబు వీక్షించి శా
కుంతప్రాగ్ర గరున్మరుద్ధుత పృషత్కూటచ్ఛలస్విన్నయై
కాంతేందీవరరోమహర్ష మెసఁగంగా గంగ గన్పట్టెడిన్. 4

క. భవదీయ మోహనాకృతి
దివి ననిరోధమునఁ గాంచి దివిషల్లలనా
నివహము నిజానిమిష తా
స్తవ మొనరించెడిని కంటె శంబరహరణా! 5

చ. కను మదె కల్పశాఖివని కాంత! త్వదీయ మనోహరాకృతిం
గనుఁగొని పల్లవారుణిమకై తవరాగ మెసంగఁ గీర ని
స్వన గళనాదవైఖరిని వాతవిధూత లతాగ్రమూర్ధ కం
పనమున నాత్మ వాంఛితముఁ బల్మరుఁ దెల్పెడుభంగిఁ దోఁచెడిన్.

ఉ. అల్లదె కల్పకద్రుమవనానిలడింభము నిన్నుఁ జేరఁగా
నల్లన భృంగసంగత సుమాళియుతంబయి ద్వారకాపురీ
హల్లక గంధులన్ గెలువ సాళుగ సజ్జ ధనుశ్శతాంగ మో
వల్లభ! మాధవానుమతి వచ్చెడినో యన వీచెఁ జూచితే!" 7

మ. అని యుబ్బంగి రమాకుమారహృదయం బానంద పూరంబునన్
మునుగంగా మధురోక్తు లాడుచు మహామోదంబుతో నంత స
వ్వనజాతాక్షి వియద్ధునీ లహరికా వాఃశీకరాబ్జాత సం
జనితా మోద మలిమ్లుచానిలగతిన్ శాంతాధ్వసంతాపయై. 8

పశ్చిమసముద్ర వర్ణనము

మ. చని కాంచెన్ విచర ద్వరాహ శకులీ శాలూర కుంభీర కూ
ర్మ నివహోకాహి కుళీరమున్ వటసటీ మాలూర జంబీర చం
దన మందార కరంజి తాల ధవ హింతాలామ్లికా సాల కాం
చన వృక్షాంచిత తీరమున్ విగణసంచారం బకూపారమున్. 9

ఉ. కాంచి ప్రియంబుతోడ "ప్రియ! కంటివె వజ్రకరాళ దంష్ట్రికో
దంచిత దీర్ఘ భీష్మలుఠ దంగ తిమింగిల ఘట్టనోద్గమన్
జంచలవీచికోపహృత సంకుల నీరచరాళి పూరణా
కుంచిత తుండబాడబ విఘూర్ణ జలార్ణవ భీషణాకృతిన్. 10

శా. శ్రీరామాగ్రతనూజ! రంగదురు వీచీ మాలికాంభోద సం
చారంబై, తతశుక్తి తారకితమై, సాంద్రాండజోడ్డీన దు
ర్వారంబై, మహితౌర్వవారిరుహమిత్రంబై, సితాబ్జాబ్జమై
క్షారాంభోనిధి యాకసంబు కరణిం గన్పట్టెడిం గంటివే? 11

చ. దనుజవిరోధినందన! 'మదంబున నిన్నసురుండు వార్ధి వై
చిన యెడలన్ మహాహితముఁ జేసె మదన్వయజాత మత్స్య మిం
క నది మనంబులో నిడక కావవె మ' మ్మని వేడవచ్చె నా
వననిధి వీచికోత్పతిత వాశ్చరసంతతి తోఁచెఁ జూచితే? 12

మ. నిజవిద్వేషణతూణి యంచు మది నెంతేని న్విరోధించి మ
ద్విజిగీషం జనుదెంచె నీతఁ డనుభీతిం గాన్కగా సన్మణి
వ్రజముల్ మీ కొసఁగంగఁ దెచ్చె ననఁ బారావార మజ్జాలయా
త్మజ! కన్గొంటె మహోర్మికోచ్చలిత రత్నవ్రాతమై పొల్చెడిన్."

క. పూర్ణేందువదన యీగతిఁ
గర్ణసుఖాలాపములను గమలాత్మజుతో
నర్ణవ వర్ణన చేయుచుఁ
దూర్ణగతిం బోవుచుండె ద్యోమార్గమునన్. 14

రైవతక పర్వత వర్ణనము

చ. అటఁ జని కాంచె నవ్వనరుహానన హాటకకూటకోటి ప
ర్యటనకురంగశృంగ నిశితాగ్ర సమగ్ర నిఖాత విగ్రహ
స్ఫుటన నిశాకరస్థ శశశోణిత సంస్రుతి రేఖికాభ్రమో
ద్భట తతధాతుశోభి తటభాగము రైవతకాహ్వయాగమున్. 15

వ. కాంచి యుల్లంబు పల్లవింప మహోల్లాసంబున మందస్మితసుందర
వదనారవిందయై నందనందననందనున కిట్లనియె. 16

చ. గురు భృగు కౌశికాత్త శతకోటి సుపర్వక వంశయుక్తమై
సురుచిర కందరాకలిత శుభ్రతరాంబరరాజితాప్సర
స్సరసిజగంధియై హరిణసాల కరేణుహరిప్రకాశ సుం
దరమయి కంటె! స్వర్గము విధంబున రైవతకాద్రి యొప్పెడిన్.

మ. పరమాత్ముండు, విరించివాంఛితము దీర్పంబూని శ్రీకృష్ణుఁడై
ధర జనింప నిలింపచోదన ధరాధారాహి తత్క్రీడకై
వరశీర్ష మణిప్రభాసముదయవ్యాప్తాఖిలాశా నభోం
తరుఁడై ంతవ మందెనాఁ దనరె నేతచ్ఛైలమీక్షించితే?

ఉ. కోనల నీరుద్రావుచును గుంఫికదంబ మధిత్యకాస్థ పం
చానన బింబితాంబువుల నారసి యంతటఁ గాందిశీకమై
భానుకరార్తి డాఁగఁ జని భాస్వర తద్గతరత్నకాంతి సం
తాననిరస్తమై యుఱుకు తామససంతతి నాఁ దనర్చెడిన్. 19

మ. ధర కూటాగ్రమిళద్ఘనంబులు ప్రపాతస్థాబ్జరాగోపలో
త్కరశోభావళిరంజితంబులయి నం దత్రత్యవాచంయమీ
శ్వరులొక్కుమ్మడి సాంధ్యరాగమును విభ్రాంతిం బవల్ సేయఁ బూ
నిరి సాయంసమయోచితక్రియలు కంటే రుక్మిణీనందనా! 20

వ. అని సరస సల్లాపంబుల రౌక్మిణేయు సంతుష్టాంతరంగునిం
జేయుచుఁ జని చని. 21

మ. కనె నభ్రంకషసౌధయూధ శిఖరాక్రాంతప్రభాహీరకన్
వినతానందనకేతు వాత నిహతోద్వేల్లాభ్రవిస్తారకన్
ఘనజన్మాంతరసంచితాఖిల జనాఘవ్రాతనిస్తారకన్
గన దస్తోకమణీకవాటయుత రంగద్ద్వారకన్ ద్వారకన్. 22

చ. కని యలివేణి వల్లభుముఖంబు గనుంగొని సస్మితాననం
బున ననె; "నస్మదీయపురముం గనుఁగొంటివె శేషుఁ డబ్జలో
చనునకుఁ బూర్వజుండయి రసన్ జనియించినఁ దద్వియుక్తి కో
ర్వనిమతివచ్చుభోగవతివై ఖరిఁ బొల్చె చలోర్మివీతమై". 23

క. అని పతికిఁ దెలిపి రతి సతి
యనురాగసమన్వితాంతరంగమున నభం
బుననుండి ద్వారకాపుర
మునకున్ డిగివచ్చుసమయమున నచ్చోటన్. 24

ప్రద్యుమ్నదర్శనోత్సుకలైన పురప్రమదల సంభ్రమచర్యలు

ఉ. నీరజగంధు లిందుమణి నిర్మితహర్మ్యము లెక్కి చక్కఁగా
జారులుదీరి చూడఁగను వారి విలోచనమాలికావళుల్
సారససాయకాగమన సంభ్రమపౌరకృతోత్పలోల్లస
త్తోరణపంక్తులో యనఁగఁ దోఁచెను జూచెడివారి కెంతయున్. 25

చ. ఉవిదయొకర్తు మాధవతనూజునిఁ జూచుచునుండి తత్క్షణో
ద్భవ తతఘర్మవారికణ భాస్వదురోజ విలిప్త కుంకుమ
ద్రవ విలసత్పటాంతయయి తద్దయు భాసిలెఁ దన్నిశాత శ
స్త్రవిసరభిన్నహృత్క్షతజ రక్తసముక్షితయైనదో యనన్. 26

చ. వెలఁది యొకర్తు నిర్నిమిషవృత్తి రమాత్మజుఁ జూడఁజూడఁగా
నలరె నిజాభిమానమను నర్థము వంచనచే దినంబు మ్రు
చ్చిలి కొనిపోవు తస్కరుఁడు చిక్కెనఁటంచును భ్రూధనుర్విని
ర్గళిత కటాక్ష తీక్ష్ణ విశిఖంబులచేఁ బ్రహరించెనో యనన్. 27

చ. నలినదళాక్షి యోర్తు హరినందనుఁ గన్గొని సంభ్రమంబునం
బ్రళయము నొంద లోచన సరస్సలిలాంజలిసక్త మౌక్తికం
బులు సడలంగ సాక్షత సముజ్జ్వలనీరముతోడఁ బ్రీతిచే
నలరు నిజాత్మ నా ఘనున కర్పణచేసెనొ నాఁగ రంజిలెన్. 28

చ. వనరుహనేత్ర యోర్తు మురవైరిసుతున్ ముదితాంతరంగయై
కనుఁగొని మేనుపొంగఁ బటు కంచుక మింతలు తున్కలైనచో
మనమున హృద్భవుండు నెఱిమైత్రిఁ దలిర్పఁ దదీక్షణార్థమై
చనుఁగవ దాని వ్రచ్చుకొని చక్కఁగ నిక్కెనొ నాఁగ భాసిలెన్.

ఉ. ఒక్క మెఱుంగుఁబోఁడి సొగసుప్పతిలంగ నఖాంకురాళిచేఁ
జిక్కెడలించుచుం గురులు చేకొని కార్ష్ణినిఁ జూచువేడ్కచే
గ్రక్కునరా నెసంగె నిజకైశ్య తదంగ వినీలకాంతులం
దెక్కువ తక్కువల్ గనఁగ నెచ్చగు నిచ్చను వచ్చెనో యనన్. 30

మ. ప్రమదంబొప్ప నొకర్తు కార్ష్ణిఁ బ్రియమొప్పంజూచుచున్ స్తంభభా
వమునన్ నిల్వఁగ నీవి వీడిన సఖీవర్గంబు వీక్షించి యొ
క్క మొగిం బక్కున నవ్వఁ దద్రదనసంఘశ్వేత సందీప్తు లం
గమునం గ్రమ్మ దుకూలధారిణిగతిం గన్పట్టెఁ జిత్రంబుగన్. 31

క. వనజాక్షు లిట్లు తనవిభుఁ
గనుఁగొని విభ్రాంతినొందఁ గాంతాన్వితయై
వినువీధినుండి పుడమికిఁ
జనుదెంచెను రతివధూటి సంభ్రమ మెసఁగన్. 32

వ. ఇవ్విధంబున నద్దంపతులు వసుంధరావతరణం బాచరించి రాజమార్గంబునం జనుచున్న సమయంబున. 33

ప్రద్యుమ్నుఁడు రుక్మిణీ మందిరము డాయవచ్చుట

సీ. మురహరుఁ గనుఁగొను ముచ్చట సతిఁగూడి
యరుదెంచునట్టి జయంతుఁడొక్కొ?
కమలనాభునిఁ జూడఁ గాంతాయుతుండయి
చనుదెంచుచున్న వసంతుఁడొక్కొ?
మాధవు నీక్షింప మహిళాన్వితుండయి
యేతెంచు ధనపతి సూతియొక్కొ?
దైత్యారిఁ బొడఁగన దయితాసమేతుఁడై
వచ్చుచుండెడి పంచబాణుఁ డొక్కొ?

ఆ. ఈ మనోహరాంగుఁ డెవ్వఁడో? యెందుండి
యిందువచ్చె నని పురేందుముఖులు
నుతులుసేయ నతఁడు రతితో విదర్భ రా
ట్తనయ మందిరంబు డాయ వచ్చె. 34

ఉ. అంతట ద్వారపాలురు తదద్భుత రూపవిలాసరీతి వి
భ్రాంతినిఁ జూచుచుండఁగను రంజిలు ద్వారములెల్ల దాఁటి శు
ద్ధాంతముఁ జేరవచ్చుటయు నచ్చటనున్న వధూజనంబు దై
త్యాంతకుఁ డేగుదెంచెనని యంతట నంతట డాఁగి రయ్యెడన్. 35

క. ఈ రీతి డాఁగి క్రమ్మఱ
నారీతిలకంబు లెల్ల నైపుణి మెఱయన్
నీరజనాభుఁడు కాఁడని
యా రతిపతి డాయఁజనిరి హర్షం బెసఁగన్. ౩(

క. అతివలు కార్ష్ణినిఁ జూచుచుఁ
గుతుకంబుననుండ నందుఁ గొందఱు గములై
యతి రయమునఁ గక్ష్యాంతర
వితతులు గడచి చని రత్నవేదిక మీదన్. ౩'

సీ. సకియలు కొందఱు సరసవాక్యంబులఁ
బద్మాక్షుగీతముల్ పాడుచుండ
వెలఁదులు కొందఱు వీణలు గైకొని
మించు వేడ్కను గోట మీటుచుండ
నింతులు మఱికొంద ఱిరుగెలంకులఁ జేరి
వింజామరంబులు వీచుచుండఁ
బణఁతులు గొందఱు పండుటాకులు చుట్టి
యింపుతోఁ జేతి కందించుచుండఁ

గీ. బొలుపు మీఱంగ నచ్చర పువ్వుఁబోండ్లఁ
గూడి పేరోలగంబున్న కుధరతనయ
కరణిఁ జేడెలతోఁ గూడి కౌతుకమున
నిండుకొలువున రుక్మిణి యుండఁ గాంచి. 38

ఉ. 'అక్కరో! యేమిచెప్పనగు నంబుజనాభునిఁ బోలువాఁ డొకం
డిక్కడ కేగుదెంచె నొకయింతినిఁగూడి జయంతకంతులన్
నిక్కముగెల్వఁజాలు రమణీయతమాకృతి' నంచుఁ బల్కినన్
గ్రక్కున గద్దె డిగ్గి హరికాంత కుతూహల ముప్పతిల్లఁగన్. ౩౯

క. డాయంజని సరసీరుహా
సాయకసమకాయుఁ జూచి చన్నులుచేఁపం
బాయనిదైన్యము దోఁపఁగఁ
దోయజముఖి నిజవయస్యతో నిట్లనియెన్. 40

గీ. ‘పణఁతి యీసుందరాంగు గర్భమునఁ దాల్చి
యుల్లసిల్లిన తల్లి దాఁ దొల్లి యేమి
వింతనోములు నోఁచెనో విధినిఁగూర్చి
దానిదేకాదె భాగ్యంబు తథ్యముగను. 41

చ. సుదతిరో! నాదుబాలకుని సూతిగృహాంతరశయ్యయందు నా
పొదిగిటఁ జేర్చియున్న యెడ భూతదయారహితాత్ముఁ డెవ్వఁడో
మదమునవచ్చి కన్మొఱఁగి మామకసన్నిధిఁ బాపె నక్కటా!
ముదమున నంతఁ దచ్ఛిశువు ముద్దియయెవ్వతె ప్రోచుచున్నదో?

గీ. చిన్నిబాలకుఁ డెచ్చట నున్నవాఁడో?
తెల్లముగ వానివృత్తంబు తెలియదయ్యె
నింతి యిందాఁక నతఁడున్న నితనియంత
వాఁడగు వయఃప్రమాణభావములచేత. 43

క. సుదతిరో! నా వామభుజం
బదరంగాఁదొణఁగెఁ; గనులనానందాశ్రుల్
పొదలఁగసాగెం; జన్నుల
నుదయించెను పాలు; సౌఖ్యమొదవెడునొక్కో? 44

వ. అని వితర్కించుచు. 45

గీ. వాని సందేహడోలాయమాన మాన
సాబ్జయై పుత్త్రుఁడని డాయ నాత్మఁదలఁచు;
సుతుఁడు గాకున్నయెడఁ దన్నుఁజూచి నవతు
లెల్ల నగుదురఁటంచు నయ్యింతి వెఱచు. 46

ఉ. పంచశరాంచితాంగుఁడగు బాలునిఁ గన్గొని యీ విధంబునం
జంచలనేత్ర నెమ్మదిని సంశయమందుచునుండ గాంచి వే
గంచుకియొక్కఁ డంత శశికాంతవినిర్మితపీఠి నున్న రా
త్రించరవైరినింగని మతి న్వినయమ్మునఁ జేసి నమ్రుఁడై. 47

కంచుకి ప్రద్యుమ్నాగమనమును శ్రీకృష్ణునకుఁ దెల్పుట

ఉ. విన్నపమాలకింపు మొకవింత మురాంతక! నిన్నుఁ బోలువాఁ
డెన్నఁడుఁజూడ మొక్కఁ డిపు డిందుముఖీయుతుఁడై విదర్భజా
తోన్నతచంద్రశాలకడ కొయ్యన వచ్చె ననంగ గద్దియన్
వెన్నుఁడు డిగ్గి బంధుజనవేష్టితుఁడై చనుదెంచి ముందటన్. 48

సీ. పాదపద్మములు సంభ్రమ మొప్పఁగాఁ గర
యుగళంబుచే సత్య యొత్తుచుండఁ
దనదుపల్కుల సుధాధార లొల్కఁగ నాగ్న
జితి వింతవింతలౌ కతలు చెప్పఁ
జల్లనిగాడ్పుల నుల్లసిల్లఁగ మిత్ర
వింద వీవనఁగొని వీచుచుండఁ
బచ్చిపోకల నొత్తి పండుటాకులఁ జుట్టి
యెలమి లక్ష్మణ చేతి కిచ్చుచుండఁ

గీ. దక్కుఁగలిగిన బోటులు తత్తదుచిత
కార్యములు సల్పఁగాఁ జంద్రకాంతచంద్ర
శాలికాడోలికా హంసతూలికా శ
యానయగు దేవకీహరసయానఁ గనియె. 49

చ. కని ప్రణమిల్లి యిట్లనియెఁ గంజదళాయతనేత్రుఁ డెవ్వడో
నను సరిపోలనేర్చునఁట నాతి నొకర్తునుగూడి రుక్మిణీ
వనజదళాక్షి గీమునకు వచ్చినవాఁడని విన్నవాఁడ నా
తనిఁ గనివత్తమంచు హరి తల్లినిఁ దోడ్కొని తండ్రిపాలికిన్. 50

క. చని యడుగుల కెఱఁగుచు న
వ్వనజాక్షుఁడు తద్విధంబు వసుదేవునితో
డనుబల్కి యతనిఁ దోడ్కొని
చనుదెంచెను రుక్మిణీ నిశాంతంబునకున్. 51

గీ. ఇవ్విధంబున నరుదెంచి యవ్విరించి
గురుఁడు సర్వంబెఱింగియు గుఱుతెఱుంగ
నటుల నితరుల కరణిఁ దదాననాంబు
జంబు గని యూరకుండె నాసమయమునను. 52

సీ. హరినామసంకీర్తనాకృతి దోఁపంగ
మారుతఘట్టన మహతి మొరయ
వరనిలింపాపగా వారిపూరితకమం
డలువు హస్తంబున వెలుఁగుచుండ
సద్గుణసంయుత స్ఫటికాక్షమాలికా
తతమధ్యమాంగుళి తాండవింపఁ
గృష్ణసారాజిన కృష్ణోత్తరాసంగ
మంగసంగతిఁ గాంచి యలరుచుండ

గీ. ధవళతనుకాంతి ఘూనభోంతరములందుఁ
బండువెన్నెలతండమై మెండుకొనఁగఁ
గనకపింగజటాజూటకలితుఁ డగుచు
దేవముని వచ్చె శ్రీకృష్ణదేవు కడకు. 53

క. వచ్చిన మునిపతిఁ గనుఁగొని
విచ్చేయుఁడఁటంచుఁ బల్కి వినయముతోడం
బచ్చల గద్దియపై నిడి
యచ్చక్రి ముదంబుతోడ నంచితుఁ జేసెన్. 54

గీ. ఇట్లు పూజితుఁడై సంయమీశ్వరుండు
శంబరోద్యోగమును, మఱి శౌరిసుతుఁడు
వాని వధియించి రతిఁగూడి వచ్చుటయును
జెప్పి యుప్పురవీదికి నప్పు డరిగె. 55

రతి సహితుఁడై ప్రద్యుమ్నుఁడు జననీజనకులను దర్శించుట

క. ఆవేళ దేవకీ వసు
దేవులు, బలదేవ వాసుదేవులు, నవరో
ధావాస వధూజనములు
భావజ రతిసతులఁ జూచి ప్రమదం బందన్. 56

గీ. ఘన పిపాసార్త యమృతాబ్ధిఁ గనిన మాడ్కి
సుతునిఁ గనుఁగొని రుక్మిణీసుదతి వానిఁ
జేరఁగాఁబోయి, కౌఁగిటఁ జేర్చి, శిరము
మూర్కొనుచు నిట్టులనియెను ముదముతోడ. 57

చ. 'వననిధిలోన నిన్నసురవర్యుఁడు ప్రేమయొకింతలేక వై
చిన, నటమీఁద నేగతి సజీవుఁడవై సమరంబులోన నా
తని సమయించి వచ్చితివి? తద్దయుఁ గౌతుకమయ్యె నీ చరి
త్రను వినఁ, బెక్కునాళ్ళకు సుతా! నినుఁజూచితి సౌఖ్యమొందితిన్.'

క. అని తనయునితోఁ బల్కుచుఁ
దన కోడలిఁ గాంచి, ప్రేమ తళుకొత్తఁగ మా
నిని కౌఁగిలించి యగ్గిం
చెను; పౌరులు వారిఁగాంచి చెలఁగిరి మదిలోన్. 59

వ. అంత నాదంపతులు నిలింపులు నుతింప, దేవకీ వసుదేవ రామకృష్ణు
లకును, రుక్మిణీదేవి మొదలయిన రమణీ నివహంబునకును, దక్కునుం
గల్గు గురు ద్విజ బంధుమిత్ర వర్గంబులకును నమస్కరించి వారల
చేత దీవనలుగైకొని యుండునంత. 60

వర్షర్తు వర్ణనము

క. శంబరహరణ క్రోధా
డంబరమయి కార్ష్ణిఁ బోదువుటకు నతిసంరం
భంబునఁ దోఁచిన తత్సై
న్యంబన నంబుద కదంబ మంబర మలమెన్. ౬౧

ఉ. భాను మయూఖ జాల తత బాధల కోర్వఁగలేక భ్రంశిత
స్థానములైన నీరసముదాయములం గరుణామతిన్ యథా
స్థానములందుఁ జేర్చుటకుఁ దా జలదేవత వచ్చె నా జగ
న్మానితవైఖరిన్ ఘనసమాగమవేళ తనర్చె నత్తఱిన్. ౬౨

గీ. పథిక పవనాశన పరాగ పంకజాత
పద్మభవవాహ పావకప్రతిభ లడఁగెఁ
దరణి హరిఁజేర, ద్వాదశస్థలినిఁ జేరు
ఖరకరుఁడు ధాత్రి నతిహాని కరుఁడు గాఁడె? ౬౩

గీ. మరుని శ్రీధరుఁ డెడఁబాసి మనములోనఁ
గుంది యస్వప్నవృత్తిఁ గైకొని తదీయ
మగు సుఖాగమనమునఁ గన్మొగిచెఁ; గాక
యున్న నవుడేల నిద్రించు నుదధి నతఁడు? ౬౪

చ. మునుమిహిరుండు మత్ప్రియల మోదము మాయఁగఁ జేసి, వేదనన్
గనలఁగఁ జేసెఁ దన్నుచుఁ, గంధి సబాడబమయ్యు మ్రోయుచ
ద్దినకరు రూపుమాపుటకు దేవపథంబున సంచరించె నా
ఘనము తటిత్సమేతమయి కార్కొని గర్జలతోడ భాసిలెన్. ౬౫

సీ. ఘనతరాశాచ్ఛాదకతఁ జెలువొందియుఁ
గామసంపోషణగరిమ దాల్చెఁ;
దరణికరనిరోధకరమై చెలంగియుఁ
దరణికరప్రవర్ధన మొనర్చె;
గమలసంపద్విరోధము నొనరించియుఁ
గమల సంపూర్తిచే గణుతికెక్కె;
సన్మార్గవర్తియై సరసతఁ గాంచియుఁ
బంకిలీకరణంబుఁ బాయదయ్యె;

గీ. ఔర యిది! యన నొప్పె గ్రీష్మాసురప్ర
హరణ విజయప్రయాణభేర్యమితధణధ
ణారవాయిత విపులగర్జాంచితంబు
నగుచు నపుడు ఘనాఘన మభ్రసరణి. 66

శా. ఆమోదంబున సింధురాజ సరిదబ్జాతీ వివాహంబునన్
వ్యోమప్రాంగణసీమ మిత్రకృతమై యొప్పారు మేల్కట్టు నా
జీమూతంబు దలిర్చెఁ; దత్కలిత పుంజీభూత ముక్తామణీ
దామాకారము లయ్యె నత్తఱి లసద్ధారాపయస్సంతతుల్. 67

మ. గురుజీమూతకృతప్రవాహ లగుచుం, గోర్కుల్ చెలంగన్, నదీ
సరసీజాతులు, భూరికంకణ మహాస్వానంబు లింపొప్ప, భా
సురవేణీ లలితోర్మికారుచులు సంశోభిల్లఁగా, సాగరున్
భరితానంద రసానుకూలలగుచున్ బ్రాపించి రత్యున్నతిన్. 68

చ. అతిమహిమాన్వితుం డయిన హంసుని తేజ మణంచి, కంజ సం
హతులకుఁ గీడొనర్చె; నిఁక నాతని పేరిటి తమ్ము మేఘుఁ డే
గతి కరుణించునం చడలిగా కల మానస భూమి కేగునే?
క్షితిఁ గలహంస సంతతులు శీఘ్రమ వర్షముఁ గన్నయంతటన్. 69

చ. సతత మనంతశాయి యయి సన్నుతికెక్కి, తటిల్లసద్రమా
యుతమయి, నీలకంఠహృదయోత్సవమై, బహుహంస మానస
స్థితి నొనరించి, నీరనిధిఁ జెంది, సదాభువనావనక్రియో
ద్యతమతి నొప్పెఁ గృష్ణఘన మంతటఁ దానయి యద్భుతంబుగన్.

మ. చెలువల్ మద్విషభృత్సమాహ్వయము దాల్చెన్, వాని నేనింక నా
కులితస్వాంతులఁ జేతుఁగా, కని మొయి ల్కోదండియై వే శరం
బులు వర్షింప, నిజావనార్థ మురగంబు ల్పూను సత్ఖేటకం
బులో నాఁగన్ భువి వామలూరులపయింబొల్పొందె ఛత్రాకముల్

గీ. మెఱసి మేఘుఁడు వర్షింప, మీది మృత్తు
కరఁగిపోయిన, భువి రత్నగర్భ గాన
భవ్య తద్గర్భలక్షిత పద్మరాగ
మణులనఁగ నింద్రగోపము లమరి వెలిఁగె. 72

ఉ. మారుతచోరుఁ డెల్లకుసుమంబులఁ గల్గు సుగంధముల్ బలెన్
హీరమున న్మదీయ సురభిం గొనవచ్చెడి, వచ్చి మద్గత
క్రూరభుజంగసంగతిని గొల్పెడు ప్రాణము, లంచు నవ్విన
ట్లారయఁ గేతకీసుమచయంబు వనిన్ విరిసెన్ రయంబునన్. 73

చ. వనధి జలంబునెల్ల జలవాహము క్రోలి సముద్ధతిన్ నభం
బున కెగయం, దదీయముఖముం జొరునట్టి సరిద్వరాలగ
ద్ధనికరమెల్ల జారి వసుధాస్థలికిం బొలుపొంద డిగ్గెనో
యనఁదగె వానకాళ్ళు, జలదాగమవేళ నిరంతరంబుగన్. 74

మ. తవహామంబునఁ బుట్టినట్టి జలభృత్సంఘంబు నామీఁదఁ బం
చి, నయంబొప్పఁగనన్నుఁ జేరఁగను వచ్చెన్ వీఁడు, శత్రుం డఁటం
చినుఁ డయ్యగ్నిని ద్రోయఁగాఁబడుచతం డెగ్గెత్తి ఘోషించెనాఁ
గను, పాంద్రాశనిఘోషముం జెలఁగె నక్కాలంబునన్ భీష్మమై.

చ. అనిలసఖుండు వేసవి నిరంకుశవృత్తి మెలంగి, వృష్టి వే
ళను మనయందు డాఁగి, మఱలన్ వెడలం, డలశౌర్యమేమి య
య్యెనొయిపు? డంచుఁ గుంపటులహీనగతిన్నగఁజొచ్చెఁ, గానిచో
నెనయ వాసంతికాహ్వయము లేటికిఁగల్గును? వాని కారయన్.

ఉ. అంబుదరాజ్యవైభవమునందు శిలీంధ్రసుమావళీ ప్రదీ
పంబుల ధారుణీ కనకపాత్రములం దిడి, ప్రేమచే సర
స్యంబురుహాయతేక్షణలు హారతిపాటలు పాడిరోయనన్
శంబరచారిభేకచయచారురవంబు లెసంగె నయ్యెడన్. 77

గీ. ఇనతనయ పుట్టినింటికిఁ జనఁగ, గంగ
సఖిసి బాఁయక వెనువెంట సత్వరముగ
నరుగుదెంచెనో యన, నభ్ర మనుసరించి
లేఖసరణి బలాక మాలికలు దనరె. 78

ఉ. రాహు వసర్వకాలమున రాఁదొడఁగెం దనపై నఁటంచు, వా
ర్వాహముఁ జూచి భ్రాంతిని దివాకరుఁ డల్కి, మనంబునం బత
ద్వాహు భజింపఁ, దద్భయముఁ బాపఁగ నాతఁడు చక్రమంపెనా
నా హరిదశ్వుఁ జుట్టి చెలువై తనరెం బరివేష మత్తఱిన్. 79

గీ. విశ్రుతానంత సంశ్లేష విద్యుదబ్ధి
జా పయోధరలంబిత చారుతార
హార విగళిత మౌక్తికహారము లన
ధరణి వర్షోపలంబులు దొరఁగె నపుడు. 80

గీ. క్షితి భుజంగాప్తిచేఁ గేతకీ వధూటి
వసు విహీనను వికచభావమున నగియెఁ;
బలుభుజంగులతోఁగూడి చెలఁగుబోటి
పతిని గనుఁగొన్నఁ బరిహసింపకను చనునె? 81

ఉ. అంబుదశాణచక్రమున నాత్మజు గేదఁగిరేకుబాకుఁ గా
లంబను కమ్మరీఁడు పదిలంబుగ నిల్పి, యనల్పశక్తి మిం
చం బలుచంగఁబట్టి, వెలుచన్ ఝుళిపించినఁ బుట్టు ధాళధ
ళ్యంబొ యనా, నిరమ్మదకలాపము లెంతయు నొప్పె నజ్జడిన్. 82

వ. ఇట్లు నిరంతరాసార భాసురంబులగు వార్షిక వాసరంబులు
గడచుటయు. 83

శరదృతు వర్ణనము

శా. ప్రావృడ్వేళలఁ బద్మినీకుముదినుల్ ప్రాణేశులైనట్టి రా
జీవాప్తేందులఁ బాసి, దుస్సహ మహాచింతాసమాక్రాంతలై
లావుల్ దక్కఁ, దదీశ్వరాప్తిని ఘటిల్లంజేయు తచ్చేటియో
నా వచ్చెన్ వరహంసకారవనిదానంబై శరత్కాంతయున్. 84

చ. పుడమి నెలంత మేన శరముల్ నిగిడించి మదాలయంబుఁ గూ
ల్చెడి ఘన కాలదైత్యు నెడలింప నశక్తుఁడవై శయించితి;.
ప్పుడు భయమేల? నా ఖలుఁడు పోయెను లెమ్మని నర్మసూక్తులన్
జడధిజ పల్క, లేచెనొ యనంగ, ననంగ గురుండు మేల్కనెన్. 85

గీ. మగఁడు మేల్కన్నఁ గనుఁగొని మహిపురంధ్రి
పొంగి మరకత మణిమయ భూషణములు
దాల్పఁ దత్కిరణాంకురోత్కరము లనఁగఁ
దనరె సస్యాంకురములు కేదారములను. 86

ఉ. వాలుగ టెక్కియంబు గలవాని శరంబులు వాఁడిసేయఁగాఁ
గాలము పేరి కమ్మరి, యఖండ సరోవర గోళకంబునన్
లాలిత పంకజాగ్నిని దళంబను భస్త్రిక నూఁదుచుండి యిం
గాలము లుంచె మీఁద, ననఁగాఁ దగెఁ దద్గత బంభరావళుల్. 87

ఉ. మేలిమొగంబులం గుముదమిత్రు జయించియుఁ, దద్గతౌషధీ
పాలతఁ గాంచి మంచముల భాసిలుచుండెడి శాలిపాళికా
జాలము నొంపఁ, దత్సఖుఁడు శంబరభంజనుఁ డంపెనో యనం
జెలువయిన్ శుకావళులు చెచ్చెర వ్రాలె శరద్దినంబులన్. 88

క. మరుఁడను చోరశిఖామణి
విరహుల ధైర్యార్థహరణవృత్తికి మచ్చు
ద్ధురుఁడై చల్లెనొ యనఁగా
వర సప్తచ్ఛద పరాగపూరము లెసఁగెన్. 89

క. కమలేశుఁడు మేల్కని రాఁ
గమలిను లొగి సేస లిడఁగఁ గైకొను ముక్తా
రమణీయాంజలులో యన
నమరె పయఃకణమిళత్సరోబ్జచ్ఛదముల్. 90

క. మును తన యావజ్జీవన
మును లోకుల కొసఁగు కతనఁ బొందెనొ యశ మా
ఘనుఁ డనఁగ శరచ్ఛుభ్రా
భ్ర నివహము దనర్చె విష్ణుపదసంయుక్తిన్. 91

గీ. అల శరత్కాలమున వాపికలను, నదులఁ
గలుషతలు మాని నిర్మలకాంతితోడఁ
జెలఁగె వారికదంబంబు, చికిలిచేయఁ
బరఁగు మదనుని కలధౌత శరధు లనఁగ. 92

చ. అల తపనుండు తన్ మును నిరాయుధుఁ జేసిన వైర మత్తటిన్
బలియయి తీర్పఁబూని, సుమబాణుఁడు క్రౌంచబిలస్థుఁడై ఛదో
జ్జ్వలదురు పుండరీక శరజాల మనారతయుక్తిఁ బద్మినీ
లలనపై నేసెనోయనఁ గొలంకుల వ్రాలె మరాళమాలికల్. 93

గీ. శాలిమంజరు లొఁగిఁ జంచుసమితిఁ దాల్చి
యభ్రమునఁ బోవు కీరాళి యలరె, మరుఁడు
దండు వెడలుచు వాహసంతతికిఁ బైఁడి
కళ్ళెములు పెట్టి గతిశిక్ష గఱపె ననఁగ. 94

క. కమలాభివృద్ధి దఱిఁగిన
నమలములై నదు లెసంగె నది యెట్లనినం
గమలాభివృద్ధి తఱిఁగిన
విమలమతిం దనరు మనుజవితతుల భంగిన్. 95

గీ. తోయదంబులు వినువీథిఁ బాయ బర్హి
గణము ఘనపక్షపాతంబు గణుతికెక్క,
ననవరతవృష్టిఁ బోలె నహర్నిశంబు
నశ్రుధారాచయంబుల నవనిఁ దడిపె. 96

ఉ తన్ను శిలోచ్చయంబులు సదా ధరియించును గాని, విశ్రమం
బెన్నఁ డెఱుంగ; వేనిఁక వహించెద వాని నఁటంచుఁ, దా సము
త్పన్న దయామతిం బుడమి పర్వతరాజి ధరించెనో యనన్
మిన్నున రాయుచుం దనరె మేదినిపై వరికుప్ప లత్తఱిన్. 97

చ. అనుపమితాస్మదీయ కులమందు జనించిన దిగ్గజంబు లు
ర్విని ధరియింపఁ, దారు పృథివీధరనామము దాల్పఁబోలునే?
యని యతిరోష మొప్ప రదనాగ్రములన్ నగముల్ వగిల్చెనో
యన, ఘనవప్రకేళికృదిభాధిపసంఘ మెసంగె నయ్యెడన్. 98

మ. జలదోష్ణావసరాప్రకాశితతనుల్ జాతాత్మజాపుత్రకుల్
తెలివిం జెంది యథాప్రకారమున వర్తింప, న్నిరీక్షించి ము
త్కలితాత్ముండయి, భూ నభోంతర మెసంగం బొంగు రంగత్తరం
గ లలద్దుగ్ధ పయోధినాఁ దగె శరత్కాలంబునం జంద్రికల్. 99

వ. మఱియును దచ్ఛరత్నమయంబు శంబరధర స్తంబేరమ కదంబ విడంబకాంబరాచ్ఛాంబుబింబితావదాతాంబుద ప్రతిబింబ సంభృతాంబుజాకరంబును, కాంతసుధాకర కాంతనిశాంత వాతాయనాంతర్గత నిశాకాంతాంశుసంతాన నితాంత కరకాభ్రాంతిస్వాంత ముగ్ధకాంతావితానంబును, శుచి రుచిర సాంద్ర చంద్రికాంతర్విరాజమాన నిబిడతర తరళిత తరుచ్ఛాయాపాదిత మత్తమాతంగ మనీషాంతరం గామర్షోత్క్షిప్యమాణోత్తమాంగోల్లసద్దరీ వినిర్గమిష్యద్ధరిస్తోమంబును, ధ్వాంతాకర కాంతార శాఖిశాఖాప్రతానవితాన ప్రసృమర కౌముదీ ఖండ పుండరీకఖండన వ్యగ్రవేదండమండలమండితంబును, ప్రత్యహంకృశ్యమాన తరంగిణీజలపరిదృశ్యమాన సైకతతల జనితాకుంచితావయవ లుఠత్కమఠభ్రమ భ్రమత్త్రైకావర్తజాల నిర్వర్తిత జాలకృత్యంబును, ప్రభంజనభంజనోద్దళిత శారదానోకహానివహోద్గళాళి విశద పారద ప్రభాభాసుర రోదసీకుహరదోధూయమాన ఘనసారపరాగపటలసంజాత కం [illegible] స సమున్మిషచ్చకోరాస్య సమవాయంబును నై, దేవసేనయుంబోలెఁ బ్రసన్నశరజాతవిరాజితంబై, మహారణ్యంబునుంబోలెఁ బుండరీకబంధురంబై. శర్వావాసంబునుంబోలె శుభ్రజీమూతంబై, యశ్వమేధాధ్వరంబునుంబోలెఁ బంకనిరాసకంబై యొప్పె నప్పుడు. 100

ఉ. ఆ మురవైరినందనుఁ డహర్నిశమున్ రతికాంతతో, గృహో
రామ నికుంజ పుంజముల, రమ్యసరస్తట సైకతంబులన్,
హేమశిరోగృహంబులను, గృత్రిమ భూధరసానుభూములం
బ్రేమముతోడఁ గూడి విహరించె సుఖాంబుధి నోలలాడుచున్. 101

క. అని వినిపించిన విని య
త్యనురాగ సమన్వితాత్ముఁడగుచుఁ బరీక్షి
త్తనయుం డల వైశంపా
యనుఁ దరువాతి కథఁ దెలుపుమని యడుగుటయున్. 102

ఆశ్వాసాంతము

శా. పాణిప్రోజ్జ్వలనందకాసి హతదృప్యత్పూర్వగీర్వాణ! గీ
ర్వాణాధీశహితోపదేశకలనా వాగీశ! వాగీశ కం
ఖాణాశీవిష రాడ భౌమ కరి శంఖ ద్విట్సమాఖ్యైక పా
రీణ శ్రీపద! శ్రీపద వ్యరు కృపాదృష్టి ప్రసారాంచితా! 108

క. ద్యుమ్నాధిప సఖనుత! సక
లామ్నాయమలిమ్లుచాపహారణచణ! ప్ర
ద్యుమ్నజనక! యఘహృతి సుర
నిమ్నగ! సనకాదిమునివనిత! హరివదనా! 104

ఉత్సాహ:

శంఖచక్రశార్ఙ్గముఖ్య సాధనోల్లసద్భుజా!
ప్రేంఖదురుగదావిలోక భీతశాత్రవవ్రజా!
రింఖ దిందిరాళి చంచరీకభృ న్ముఖాంబుజా!
పుంఖభాస్వదాశుగాభిభూత దుష్టభూభుజా! 105

గద్యము

ఇది శ్రీ హయగ్రీవచరణారవిందమరంద నిరంతరాస్వాద సమాసాదిత
కవితాచాతుర్యధుర్య శ్రీమన్ముప్పిరాలవంశ పయఃపారావార
రాకాసుధాకర కేశవార్యపుత్ర సుచరిత్ర బుధజనవిధేయ
సుబ్బరాయప్రణీతంబైన ప్రద్యుమ్న చరిత్రంబను
మహాప్రబంధంబునందుఁ దృతీయాశ్వాసము.

*

శ్రీరస్తు

ప్రద్యుమ్న చరిత్రము

చతుర్థాశ్వాసము

* * *

క. శ్రీరంజిత వక్షస్థల!
తారాధిప ధవళదేహ! దర్పకరుచిరా
కార! సుధీర! యపార ద
యారస పోషిత కరీ! హయగ్రీవ! హరీ! 1

గీ. అవధరింపుము జనమేజయక్షితీశుఁ
జూచి సాత్యవతేయ శిష్యుండు పల్కె
మనుజనాయక! మఱియు రుక్మవతిఁగార్ష్ణి
పరిణయంబైన విధము నేర్పఱుతు వినుము. 2

రుక్మి పుత్రార్థియై శ్రీకృష్ణునిఁగూర్చి తపమొనరించుట

ఉ. హాటక వప్రచుంబిత వియత్తలమై, పవమానవేగజి
ద్ఘోటకమై, చలత్సమద కుంజరకర్ణ మరుద్ధుతాంబు భృ
త్పేటికమై, యశేషమణిపేశలమై, పురమొప్పు నుజ్జ్వల
స్ఫాటిక కుట్టిమంబయి, రసాస్థలి భోజకటాహ్వయంబునన్. 3

ఉ. ఆ పురమేలు భూవరుఁ డుదగ్ర మహాగ్రహవైరినిగ్రహో
ద్దీపిత మండలాగ్రుఁడు, వితీర్ణిమఖావిత కీర్తిచంద్రికా
వ్యాపిత భూనభోంతరుఁ, డవారితధార్మికవంశ సద్గుణా
రోపణ నైపుణాన్వితుఁడు, రుక్మిసమాఖ్యుఁ డలేఖ్యరూపుఁడై. 4

క. అతఁడతులిత నిజరాజ్య
స్థితి నుతి దగఁ బ్రజల నలరఁ జేయుచు సుత హీ
నత వెతగొని యొకనాఁడతి
హిత మంత్రిజనంబుతోడ నిట్లని పల్కెన్. 5

క. ‘నిస్తంద్ర విభవమున నురు
భూస్తుతి గని సుతులులే “కపుత్రస్య గతి
ర్నాస్తి” యను నుడువు కతమున
నస్తోకతర వ్యథాన్వితాత్ముఁడ నైతిన్. 6

ఉ. పుత్రులులేని కల్మి, రిపుఁబోర జయింపని బల్మి, ప్రీతికిం
బాత్రముగానిచెల్మి, ప్రతిపాదనవేళలలేని తాల్మి, యా
పత్త్రముగాని మేల్మి, మనుభంగమునొందిన వేల్మి యెంతయున్
ధాత్రి నిరర్థకంబగుఁగదా! శరదావన దంబుదాకృతిన్. 7

క. కావున పుత్రోత్పాదన
మే విధమున నబ్బు? మీర లెఱిఁగింపుఁ’ డనం
గా విని వారందఱు ధా
త్రీవరునకు నిట్టు లనిరి ధీయుక్తి మెయిన్. 8

క. శ్రీకంఠప్రియు, సమరత
లాకుంఠ పరాక్రమామరారి ద్విపరే
ఖా కంఠీరవ శాబకు,
వైకుంఠు భజింపు మతఁడు వాంఛ యొసంగున్. 9

చ. అన విని యట్లకాకని నృపాగ్రణి, దారసమేతుఁడై తపో
వనమున కేగి, యందు సితవారిజనేత్రు, జనార్దనున్, దయా
వనధి, హరిన్ గుఱించి బహువత్సరముల్ దపమాచరించె మే
లని మునులెల్లఁ దన్నుఁగొనియాడ ఫలాంబుదళానిలాశియై. 10

రుక్మికి విష్ణువు ప్రత్యక్షమగుట

సీ. వెలిదమ్ములనుగ్రమ్మి వెలి కిమ్ముగను జిమ్మి
జిగిరెమ్మె నలరు కన్నుఁగవతోడ,
నునుఁగప్పురాగుప్పలను దప్పులిడు గొప్ప
మెఱుఁగొప్ప మెప్పగు మేనితోడఁ,
బసమించు గ్రొమ్మించు వెస నొంచ గమకించి
తులకించు పసిఁడి దువ్వలువతోడ,
నగువెన్నియల వన్నె జగమెన్న నెదతిన్నెఁ
గొలువున్న మరుఁగన్న చెలువతోడ,

గీ. సిరుల నీనెడి ముత్తెపు సరులతోడ,
నెగడు లేఁబ్రొద్దుఁబోని మానికముతోడఁ,
దొంటిజేజేల నడఁచు బల్వింటితోడఁ
గట్టెదుట వెన్నుఁ డొగిఁ బొడకట్టె నపుడు. 11

గీ. అట్లు ప్రత్యక్షమైన మురారిఁ జూచి
హర్ష పులకాంకితాంగుఁడై యధిపుఁడపుడు
నిటలతటమున నంజలిపుటము చేర్చి
పటువచోనైపుణంబులఁ బ్రస్తుతించె. 12

దండకము

శ్రీమద్రమామానినీహృత్సరోహంస, హంసాంబుజాతద్విషన్నేత్ర
నేత్రప్రభాధూత గాంగేయ, గేయప్రబంధాంకితోద్యద్గుణోదార,
దారాత్మజాదిస్పృహాహీన ముష్టింపచాధ్యక్షరక్షాక్రియాదక్ష,
దక్షాధ్వరధ్వంసి సంస్తుత్యలీలాకథాబృంద, బృందారకానీకకోటీర
మాణిక్యశోభా లసత్పాదరాజీవ, జీవాళినంద్యాసదృక్షైముషీ
ప్రౌఢిమాభోగ, భోగాభిభూతామరాధీశ, ధీశాలివిద్వజ్జనాధార,

ధారాధరశ్యామలాకార, కారానివేశాపతద్భీకరామిత్ర, మిత్రావళీదృక్చకోరీసుధాధామ, ధామానలజ్వాలికామాలికా దగ్ధదేవారికాంతార, తారాచలాఖండలానేకప ద్యోస్రవంతీ యశఃక్రాంతభాస్వద్దిశాచక్ర, చక్రాబ్జకౌమోదకీ నందకాద్యాయుధప్రోజ్జ్వలాజాను దోఃకాండ, కాండవ్రజాపూర్ణదీప్యన్మహోక్షీ, క్షిత్యధీశాంధకారోజ్జ్వలాదిత్య, దిత్యంబుజాతేక్షణాగర్భనిస్రావణోపాయనైపుణ్య, పుణ్యాంతరంగద్విజానందసంధాయిసంకల్ప, కల్పాంతసింధూర్మికాడోలికావాస, వాసవ్యభీష్టార్థసంసిద్ధికృత్ప్రాభవా, రూపసంపత్పరాభూతచేతోభవా, విశ్వవిశ్వంభరాభారధౌరేయ చతుశ్శ్రీవోరాట్సహస్రస్ఫుటాచ్ఛాయలీలావిహారా, స్ఫురత్తారహారా, మహోగ్రాగ్రహగ్రాహసంగ్రస్తహస్తీంద్ర సంరక్షణాక్షీణశీలా, నమద్భక్తజాలా, కనత్పక్షవిక్షేపణోద్ధూత వాతూలతూలాయమానేంద్రశస్త్రాండజాధీశ్వర స్కంధపీఠోపరిన్యస్తపాదారవిందా! ముకుందా! నమస్తే, నమస్తే, నమస్తే నమః. 13

దశావతారస్తుతి

మ. తొలిమిన్నుల్ గొనివార్ధిఁజొచ్చిన మదాంధున్ సోమకున్ మత్స్యతా
ప్తి లయంబొందఁగఁజేసి, వాక్పతికిఁ దద్వృత్తాంతముం దెల్ప, ముం
గలుగంగా నిజసంతతిం బనిచితో నాఁగన్, భవత్పుచ్ఛ సం
చలనోర్ధ్వంగత వారటచ్ఛకులి పుంజం బొప్పఁగా మాధవా! 14

చ. అమరులకున్ జయంబు, దివిజారులకెల్ల లయంబు గల్గు ని
క్క మనుచుఁ గాలపూరుషుఁడు ఘంటరవం బెసఁగంగఁ జాటె నా
నమరెఁ బయోధిఁద్రచ్చుఁ గమఠాకృతి గాంచిన నీ తనూ పరి
భ్రమ దగ ఘట్టనోద్భవ నిరంతరఘుణఘుణ ధ్వనుల్ హరీ! 15

చ. అతిశయ ఘుర్ఘురారవము లాకస మంటఁగ సూకరాకృతిన్
దితిసుతుఁ ద్రుంచి యబ్ధి నతిధీరత వెల్వడువేళ నీ సమం
చిత సిత దంష్ట్రికాగ్రమునఁ జెల్వగు ధారుణి యుల్లసిల్లదే?
యతులిత రాజతాగ శిఖరాగ్రగతాభ్రము భంగి శ్రీధరా! 16

చ. త్రిదశవిరోధి ఱొమ్ము నృహరిస్థితి గోళ్ళను వ్రచ్చి నీవు బి
ట్టదుమఁగఁ బుట్టు రక్తము విహాయసవీధికిఁ బోవుటొప్పె, వాఁ
డెదయను క్రోవిఁ దన్ను వరియింపఁగ వచ్చెడి ముక్తికాంత పై
సదమలవృత్తిఁ జిమ్మెడి వసంతమనంగ నహో! మురాంతకా! 17

ఉ. వారిధి వారిపూరము లవారణఁ గ్రోలి నభంబు ముట్టు న
వ్వారిధరంబు పోలె, సురవైరి సమర్పితదాన ధారలం
గూరిమితోడఁ గైకొని కకుబ్దశకంబును నాక్రమింపవే?
వారిజపత్రనేత్ర! మును వామనరూపము దాల్చి యున్నతిన్. 18

చ. పితృనిధనాభిసంజనిత భీషణరోష కృశానుకీల సం
హతి పరిశోషితాంబునిధి వౌచుఁ గఠోరకుఠారఖండితో
త్పతిత నృపాల మస్తకకదంబకముల్ విజయేందిరాకరో
ద్గత మణి కందుకంబు లనఁగా నొనరింపవె నీవు భార్గవా! 19

చ. అనిమిషరాడ్విరోధి హృదయంబు రయంబున వ్రచ్చి రక్తగా
హన మొనరించునట్టి భవదగ్నిపృషత్కమునన్ జనించి పై
కి నిగుడు ధూమసంతతి దగెం గడుపావనమైన తచ్ఛరా
ప్తిని వెలికుద్గమించెడి తదీయ మహాఘ మనంగ రాఘవా! 20

చ. అనుపమితాగ్రహంబున హలాగ్రమునన్ యమునానదీ విభే
దన మొనరింపఁ దత్తటిని త్రాసముతో గురుభాస్వదంబరం
బెనయ, సితాంశుకత్వమున హెచ్చగు నీ కసితాంశుకత్వముం
దనరదె మధ్యచిహ్నమయి, తాలతరుధ్వజ! యచ్యుతాగ్రజా! 21

చ. నరకపురంబునందు భువనస్తవనీయవిలాస శావక
స్ఫురదతులాళుగావళులు సొచ్చి, తదంతరజీవరాజి న
చ్చెరువుదలిర్ప సద్గతికిఁ జేర్చెను; ధర్మగుణప్రయుక్తిచేఁ
దిరిగెడువారి కట్లు చనదే యొనరింపఁగ నందనందనా! 22

మ. చతురత్వోల్లసదుక్తి మున్మమత హెచ్చుంజేసి, బోధిద్రుమ
స్థితిమీఱం ద్రిపురాంగనాజనుల పాతివ్రత్యభంగం బొన
ర్పఁ, దదీయాత్మశుచిత్వము న్మిము భజింపంబోలుఁ; గాకున్న నే
గతి ధావళ్యము గాంచె నత్తనువు? లోకంబెన్న బుద్ధాకృతీ! 23

చ. అరుదుగఁ గల్కివై తనరునప్పు డహో! భవదీయధాటికా
తురగ ఖురాహతోత్పతిత ధూళిపరంపర సొంపుమీఱె, దు
ర్భరతర దుష్టకీకట భరంబున సంభవమైన కిల్బిషో
త్కర మెడలన్ ధరిత్రి సురగంగ మునుంగఁగ నేగుకైవడిన్. 24

క. అని బహుభంగులఁ దన్నున్
వినుతింప మహాప్రమోదవృతమానసుఁడై
జననాయకుఁగనుఁగొని ప
ద్మనిభేక్షణుఁ డనియె మృదుసుధామధురోక్తిన్. 25

ఉ. 'మెచ్చితి నీతపంబున కమేయశుభంబులు నీకొసంగఁగా
వచ్చితి వేడు' మన్న జనవర్యుఁడు హర్షతరంగితాత్ముఁడై
తచ్చరణాంబుజంబులకుఁ దద్దయుభక్తి నమస్కరించి 'యో
సచ్చరితాత్మ! సంతతి నొసంగఁగదే కృపతోడ' నావుడున్. 26

గీ. 'నీవు కోరిన చందాన నీకపత్య
లాభమగు' నని శ్రీ మహిళావిభుండు
పలికి యంతర్హితుండైన నలరి రుక్మి
చేడెతోఁగూడి నిజపురిఁ జేరె నంత. 27

రుక్మవతి జననము

క. నందకధరు కృప నా నృప
సుందరి గర్భంబు దాల్చి, శుభదినమున నా
నంద మెసఁగంగఁ గనె నొక
నందన, సౌందర్యశైలనందనఁ దలఁపన్. 28

గీ. ఆ కుమారీమణికి విదర్భాధినేత
యెలమి రుక్మవతీనామ మిడియె, నంత
నిందుబింబాస్య పెరిఁగి బాలేందురేఖ
మాడ్కి దినదిన సంవర్ధమాన యగుచు. 29

గీ. హంసకములకుఁ గంపన మతిశయిల్ల
మెల్లమెల్లన నడుగిడ మెలఁత నేర్చె;
పంకజాక్షి రసజ్ఞానుభావ గరిమఁ
బలుకులను దేనె లొలుకంగఁ బలుక నేర్చె. 30

రుక్మవతి సౌందర్య వర్ణనము

ఉ. అంగజుఁ డింక నీ బిసరుహాక్షిమనంబను భద్రపీఠి నె
క్కంగలఁడంచు మున్ను గలుగం జనుదెంచిన తద్బలంబ నాఁ
గం, గర మింపెసంగె ముఖకంజము, వాక్పికముల్, శిరోజ సా
రంగములున్, సుదృక్కువలయంబు, లురోరుహ కుట్మలంబులున్.

శా. నీరేజాసనుఁ డా సరోజనయనన్ నిర్మించువేళ న్నిజా
గారాపాయకరుండఁటంచు శశి నల్కన్ ఖండముల్ చేసి, సొం
పారం దద్రమణీయ తామరస పాదాగ్రంబుల న్నిల్పెనో
నా రంజిల్లు నఖాంకురావళు లనూనశ్రీ ధురీణంబులై. 32

మ. కరపత్రోపమ కంటకావళులఁ దన్ ఘర్షించుచు న్నిట్టఁగ్రు
మ్మరఁగానీయదు సారసంబనుచుఁ గూర్మంబల్కమీఱ న్వనాం
తరసీమం జిరకాల ముగ్రతపముం గావించి, యయ్యంగనో
పరిపాదాకృతిఁబూని క్రిందుపఱచెం బంకేరుహవ్రాతమున్. 33

6

క. రమణీమణి జంఘా న
క్రము లుద్ధతి మీఱ నూరు కరికర మహిమన్
గమకింపఁ బెనఁగఁగాదే
యమరెన్ మకరేభకలహ మది మొదలు భువిన్.

గీ. కదళు లుద్దండ వేదండ కరకృతార్తి
కోర్వఁగా లేక సింహమధ్యోరుయుగళ
మగుచుఁ గంపంబు నొందఁజేయంగఁగాదె
దానికిఁ దదాది చంచలత్వంబు గలిగె.

గీ. కుంభినీశాశ్రయంబుచేఁ గొమరు మిగులు
కరము సతి యూరు సామ్యంబు గనని యెడల
నరసిచూడఁ గనిష్ఠాశ్రయమునఁ బరఁగు
కరభ మే రీతి సామ్యంబు గాంచఁగలదు ?

సీ. సతి నితంబములతో సాటి సేయఁగ వచ్చుఁ
గాళ్యపి ఖండముల్ గాకయున్నఁ,
జెలి పిఱుఁదులతోడఁ దులన సేయఁగ వచ్చుఁ
బులినముల్ ఘనబాధఁ బొందకున్న,
సఖి కటిద్వయముతో సవతు సేయఁగ వచ్చుఁ
బటుచక్ర మీడ్పులఁబడకయున్న,
నింతి శ్రోణులతోడ నీడు సేయఁగ వచ్చు
గిరులు గండములచేఁ బొరయకున్నఁ,

గీ. జెలియ కటములతో దీటు సేయ వచ్చు
దంతి కుంభంబు నైల్యంబు దాల్పకున్నఁ,
జేడియ కకుద్మతుల కెన సేయ వచ్చు
రాజు సంతతమును బయల్ ప్రాఁకకున్న.

గీ. నలినజుఁడు కుందనమున నెన్నడుము సృజన
చేసి యూ (న్యూ) నాతిరిక్తతల్ సెందకుండఁ
ఖిడికిటనుబట్టి యొత్త నేర్పడిన వ్రేళ్ళ
సంధులన నొప్పు వామలోచనకు వళులు. 38

గీ. బాల బొక్కిలి యను నాలవాలమునను
జారుతారుణ్య బీజ సంజనితమైన
తాళ భూరుహమనఁగ రోమాళి తనరుఁ
దద్భవ ఫలంబులనఁ బయోధరము లలరు. 39

గీ. అంగనాయౌవన ప్రావృడవసరాభి
వర్ధిత పయోధరోత్థ లావణ్యనీర
కలిత నాభీబిలాంతరోద్గమిత శితి పి
పీలికావళి యనఁగ రోమాళి దనరు. 40

క. వనజాయతాక్షి బాల్యం
బను తిమిరముఁ బాపి, యౌవనార్కుం డుదయిం
చినఁ గన్గొని యెదకుం గది
సిన జక్కవ లనఁగ నుల్లసిల్లుం జన్నుల్. 41

సీ. యౌవన క్షితిప పట్టాభిషేకానీత
ఘనరసాంచిత హేమఘటము లనఁగ,
నాత్మసంభవ విలాసార్థ సంపాదిత
పరిపక్వ జంబీర ఫలము లనఁగ,
బాల్యరంభా స్తంభ భంజనాయాత శుం
భ ద్వయఃకుంభి కుంభము లనంగ,
యువజన స్వాంత భేదోద్యుక్త హృచ్ఛయ
సంధీకృతాంబుజాస్త్రము లనంగ,

గీ. నంగలావణ్యజలధి స్థితాద్రు లనఁగఁ,
జారుతనువల్లి జనిత గుచ్ఛము లనంగ,
మానసశ్రీవినోద సంభరిత కందు
కము లనఁగఁ గాంత వక్షోరుహాములు తనరు. 42

గీ. తరుణి తారుణ్యమనియెడి పురుషుఁ జేరి
తన్ను విడనాడె ననుచుఁ గ్రోధమునఁ గడఁగి
బాల్యపూరుషుఁ డెద నాటివైచినట్టి
గుండ్లనంగను మెఱుఁగుఁ బాలిండ్లు తనరు. 43

క. ఘన కమలాకరసంగతి
గనిన బిసవ్రతతు లీడు గావనుచో నె
క్లైన యగు? మాధుకరాప్తిం
గనిన సురాగలత లభ్రకచ భుజములకున్. 44

క. మనసిజుఁడు నిజభుజాబల
మున జగములనెల్ల గెలిచి, పూరించుటకై
కొనినట్టి విజయ శంఖం
బనఁగా కంఠంబు పొల్చు సజ్జాననకున్. 45

సీ. సరసభావంబుచే సన్నుతి గనియు ర
సజ్ఞాహితత్వంబు సలుపదేని,
అనిశవిరక్తిచే నభినంద్యమయ్యుఁ జం
డాళుల కూటమి నందదేని,
సుగుణసంపత్తిచే సొంపు వాటించియుఁ
గఠినధర్మంబును గాంచదేని,
మహితద్విజాప్తిచే మానితంబయ్యుఁ బ
లాశ రూపంబున నలరదేని,

గీ. పక్వబింబ ఫలంబును, బంధుజీవ
కుసుమమును, విద్రుమంబును, కోమల ప్ర
వాళమును సాటిసేయంగవచ్చు దోష
రహితమగు బోటి మధురాధరంబునకును. 46

క. తనదు స్వయంభూ నామము
గనఁబోలునె వీని కనుచుఁ గమలభవుఁడు సా
నను బట్టి సఖిముఖంబున
నునిచిన వజ్రము లనంగ నొనరు రదంబుల్. 47

క. స్వరుచిర రుచిహారిణులై
యిరవొందెడి వాణితోడ నెదురుకొనంగా
నరుదెంచిన కుందము లన
హరిణాంకసమానవదన కలరు రదంబుల్. 48

క. సరసిజలోచన వాఙ్మా
ధురికిన్ సుధ తక్కువగుచుఁ దోయధిఁబడినన్
గిరిమథనక్రియచే సుర
వరు లందున దాని మరలఁ బడసిరి కాదే! 49

గీ. లలన మెఱుఁగారు చెక్కిళ్ళవలన శిక్ష
గఱచి తాఁ జాకచక్యంబు గాంచె ముకుర
మట్లు గాకున్న మృణ్మయంబైన దాని
కబ్బునె ట్లన్యబింబగ్రహణ గుణంబు? 50

చ. ప్రతిదిన మప్రకాశుఁడయి హానుల నొందుచు నుండు పంకజా
హితుని భజించుచుండఁ బనియేమి? యఁటంచు మదిందలంచి, సం
తతమహితప్రకాశ వనితాముఖచంద్రు సమాశ్రయింపఁగాఁ
గుతుకముతోడ వచ్చిన చకోరములో యన నేత్రముల్ దగున్. 51

క. శంబరహరణుఁడు పాంథచ
యంబుల చేతోధనంబు హరియింపఁగఁ గే
లం బూనిన చాపంబు ల
నం బొమలు దనర్చు వికచనలినాంబకకున్. 52

గీ. సౌకుమార్యంబునకుఁ దగు సౌరభంబు
గాంచుటకునై తపస్స్థితిగని సుదృఙ్ము
ఖా భరణమయి, గంధవహత్వ మంది
నట్టి తిలపుష్పమన నాస యతివ కలరు. 53

గీ. అతు లత్యంత దీర్ఘంబు లగుచుఁ బెరిఁగి
రాఁగనుంగొని తలచుట్టి రాకయుండఁ
గమలసంభవుఁ డిడిన శ్రీకారముద్ర
లనఁగఁ జెలువొందు వీనులు వనజముఖికి. 54

మ. తనకున్ మిత్రములైన యుత్పలము లత్తన్వంగి నేత్రంబులై
జననంబంది నిరంతరంబును వికాసంబొందుటల్ చూచి, తా
ననిశం బక్కరణిం జెలంగఁగఁ దదీయాంగత్వముం జెంద వ
చ్చిన యబ్జారియనంగ ఫాలము దనర్చెన్ సత్కళాసాంద్రమై. 55

గీ. శంబరారాతి యను నైంద్రజాలికుండు
త్రిభువనంబుల మోహమొందింపఁ గరత
లంబునను గొన్న బర్హిబర్హం బనంగ
నుత్పలదళాయతేక్షణ కొప్పు కొప్పు. 56

గీ. ఈ విధంబున నవవయః శ్రీవిలాస
భాసమానాంగయయ్యును భాసమాన
యగుచుఁ దనరారెఁ గుచజితనగఘటారి
యబటవరకేతను కటారి యమ్మిటారి. 57

రుక్మవతి ప్రద్యుమ్ను నెడ మరులుగొనుట

క. ఆ గజగామిని నిజ జన
కాగారంబున కజస్ర మరుదెంచెడి య
భ్యాగతులవలనఁ గార్ష్ణి మ
హా గుణ రూపములు విని తదాయత్తమతిన్. 58

ఉ. చూడదు సాదరంబులగు చూపుల నెచ్చెలిపిండు, గీతముం
బాడదు, రేపవల్ దలిరుపానుపు వీడదు, నవ్వుతోడి మా
టాడదు, కేళికందుకము లాడదు, పెంపుడుముద్దుచిల్కఁ గా
పాడదు, నెత్తమాడదు, త్రపన్ జనయిత్రిని వేఁడ దిష్టమున్. 59

వ. ఇత్తెఱంగున నక్కాంతారత్నంబు దురంతచింతాక్రాంతస్వాంతయై
యున్నంత, సఖీజనంబు లన్నెలంత మనం బరయందలంచి చెంతం
జేరు నెడ, మంతనంబున నందొక్క సుధామాధురీధురీణవాణియగు
శుకవాణి యను పూఁబోఁడి యిట్లనియె. 60

ఉ. 'కన్నియ! నీదు నెమ్మొగము గాంచిన వేరొకవింత దోఁచెడిన్
బిన్నటనాఁటనుండి కడుప్రేమముతో నఱ లేకయున్న నా
కున్నవిధంబు దెల్పుమిఁక నొండు విచారముదక్కి, నీతలం
పెన్నికకెక్క వేగఘటియించెద మన్నన గాంచి మించెదన్.' 61

క. అని యడిగిన బిత్తరిసి
గ్గనుతెర దిగఁద్రోచి, యంతరంగస్థితమై
తనరెడి మనోహరాకృతి
మునుకొని తా బాహ్యరంగమునకుం జొనిపెన్. 62

శా. 'కొమ్మా! ప్రాణపదంబవై తనరు నీకుం దాఁచఁగా నాకు నా
యమ్మా? యమ్మధువైరిపట్టి సొబఁగే నాప్తాళిచే వింటి, భా
వమ్మా మోహనమూర్తిపైఁ దవిలె, నా వాంఛార్థ మీడేఱు చం
దమ్మాత్మం దలపోయుమమ్మ' యనుచున్ దైన్యంబు రెట్టింపఁగన్.

ఉ. కోమలి యిట్లను స్మృతియుఁగొంకక యాశుకవాణితోడ 'నో
కామిని! యొక్కనాఁడు శశికాంతవినిర్మిత చారుకేళికా
ధామములోన నొంటి సుమతల్పమున న్మ్రెయి సేర్చి, యయ్యదు
స్వామికుమారు వ్రాత్సరసిజాతమునందిడి కూర్చుచున్నెడన్. 64

మ. కలలోనం గనుఁగొంటి నీరదనిభాకారున్, మహోదారు, ని
స్తుల మాణిక్యకిరీటభాసురశిరస్కున్, సుందరోరస్కు, ను
జ్జ్వల కార్తస్వరచేలు, భవ్యమృదువాగ్జాలుం, గనద్రత్న కుం
డల వక్త్రాదృత చంద్రమండలుని, మానద్యుమ్నుఁ బ్రద్యుమ్నునిన్.

ఉ. ఆ యదువంశచంద్రుని కరాప్తిని గన్దొవ ఉల్లసిల్లఁగా
నా యెడ సంకుచత్కరయుగాంబుజనై కుతుకంబుతోఁ గనన్
మాయయొ? నాదు మోహఘనమాలికచే నపిధానమయ్యెనో?
యేయెడఁ దోఁచఁడయ్యె నతఁ డిందునిభానన యేమి సేయుదున్?

గీ. అది మొదలుగాఁగ నాడెంద మతనియందుఁ
జిక్కె, నిఁకనన్నుఁ జిల్కతేజీ వజీరు
జారిఁద్రోచెదో? నీనేర్పు బయలువడఁగ
వానిఁగూర్చెదో? తెల్పవే వీను లలర.' 67

చ. అన శుకవాణి యిట్లనియె 'నంబురుహేక్షణ దీనికై మనం
బున వెతఁజెందనేల? యిదెపోయి మురాంతకు ముద్దుపట్టినిం
గనుఁగొని నీదువృత్తమును గారవమొప్పఁగ విన్నవించి, యా
ఘనుఁడు నినున్ వరించునటుగా నొనరించెద వేగవచ్చెదన్.' 68

క. అనినఁ గుచాగ్ర విహారము
ఘనహారం బొసఁగి పల్కెఁ 'గాంతా! ననుఁ గై
కొనకుండిన నాహారము
గొన' ననుమీ విభునితోడఁ గూరిమి మీఱన్. 69

ఆ. అనిన నట్లకాక యని శుకవాణి య
య్యలిరుఁబోఁణి యొసఁగినట్టి హార
మానవాలుగాఁగ హస్తాబ్జమునఁదాల్చి
యరిగె ద్వారవతికి నంత నిచట. 70

హేమంతర్తువర్ణనము

గీ. కాముఁ డుద్ధతి రుక్మవతీమనంబు
గలఁచుటకు మల్లికాస్త్రముల్ గగనశాణ
చక్రమునఁదీర్పఁ జెదరు నచ్చంపు రాపా
డి గతి హిమకణగణములు జగతిఁ బర్వె. 71

ఉ. కోరిక లుప్పతిల్లఁగఁ, జకోరము లెక్కుడుగాఁగఁ జంద్రికల్
శారదవేళఁ గ్రోలి, మరలన్ హరియించుకొనంగలేక సొం
పారఁగఁ గ్రక్కెనో యన, హిమావసరంబున నుల్లసిల్లె నీ
హారకణాళి, తా ధవళితాంబురుహ ప్రభవాండభాండమై. 72

చ. ప్రభువగు పంచబాణునకుఁ బట్టము గట్టఁగడంగి, తారకా
విభుఁడును జైత్రుఁడున్ ముదము విస్తరిలం, జతురబ్ధితోయముల్
సుభగ సువర్ణపాత్రములలో సమకూర్చిరొ నా వనిం బలా
శభృత తుషారనీరము లెసంగె హిమాగమవాసరంబులన్. 73

క. జనతాపహరణ కలన
న్మనల జయించెను హిమాగమంబని త్రపచే
తను మునుఁగిడె నన, నరరము
లను మూయంబడిన ప్రప లిలం గనుపట్టెన్. 74

చ. తమ కుచదుర్గమధ్యముల దాఁగిన యుష్ణముఁ గొంచువోవఁగాఁ
గమలవిరోధి వచ్చుటలు కన్గొని చేరులచేతఁబట్టి దూ
రమునకు వైచిరో యతని రాజనిభాస్య లనాఁగఁ గాళ్యపిన్
అమరెఁ దదీయపాణికమలాగ్ర సముజ్ఝిత తాళవృంతముల్. 75

గీ. తమ్ము నొంచెడి హిమమారుతమ్ము నొంచు
కొనఁగ నీలాంబరత్వంబు గని రనంగఁ
గంబళంబుల దేహముల్ గప్పికొనిన
జనసమాజంబు లెసఁగె నా సమయమునను. 76

మ. మరుదాప్తుండు తుషారజార్తికి సహింపన్ లేక తమ్మొత్తఱిన్
శరణంబందఁ గృపామతిన్ యవనికా సంఛన్న గర్భాలయాం
తర భాగస్థ హసంతులం దునిచి తత్సంరక్షణం బాచరిం
చిరొ నాఁ దన్నికటోపవిష్టజనముల్ చెల్వొంది రవ్వేళలన్. 77

ఉ. పంచశిలీముఖుం డయిదు బాణములం దరవిందసంతతిన్
వంచన మున్ను దాల్చి, తుద వైచెను మమ్మని యుత్పలావళుల్
కొంచక తెల్ప, నుగ్రతఁ జకోరహితుం డనుపంగ వచ్చెనా
మించెఁ దుషారసంఘములు మేదినిఁ బద్మవినాశకారులై. 78

చ. శిశిరనృపాలకుండు హిమశీకరసైన్యముతోడఁగూడి, బా
లిశమతిఁ జండభానుఁ గబళించి మముంగొనవచ్చె, నింత దు
ర్దశ గనుకంటెఁ జచ్చుటుచితంబగునం చల నీరజవ్రజం
బు శరములన్ మునింగె ననఁ బోఁడిమిమాని యడంగె నచ్చలిన్.

గీ. సతతసుమనోదళనుఁ బ్రభంజనునిఁ జేర్చి,
కాని తచ్చేష్టలకు శిరఃకంపనం బొ
నర్చెనని డాయఁబోవ రనంగ, వన వి
హారములు మాని రవ్వేళ నఖిల జనులు. 80

చ. చెనకుచు లోకకంపనము చేయుచునుండు హిమాగమ ప్రకం
పనునకుఁ దా సుగంధమును భాసురశైత్యముఁగూర్చె, వీనిఁ గ
న్గొను టుచితంబుగాదని మనుష్యు లసూయను జేసి చూడరో
యన, సుమవారిసేవనములందు నిరాప్తతఁ జెంది రత్తఱిన్. 81

క. అతిశైత్యశ్వైత్య సమ
న్వితమయి, చంద్రాప్తిగాంచి వెలసిన తుహిన
ద్యుతియని మానిరో యన, జన
వితతులు చందన మలంద వెఱచిరి భూమిన్. 82

ఉ. అగ్నిసఖుండు పూర్ణమిహికాన్వితుఁడై తము గాసిఁబెట్ట, ను
ద్విగ్న మనస్కులై ప్రతివిధిత్స నుపాయము నొండు గాంచలే
కగ్నిసమానరూప మవనార్థము దాల్చి రనంగ, భూమిలో
నగ్నిశిఖాంగరాగ కలితాంగత మర్త్యులు పొల్చి రయ్యెడన్. 83

చ. పరకమలాపహారి కరభాసితమై, చలభీరుహృద్భిదా
కరమయి, సంతతారి భయకారకమై, ప్రబలాధినాయకా
దరరహితా బలాస్రకణదాయకమై, తగఁజంద్రహాసమం
చరుగ రనంగఁ జంద్రికలయందు మెలంగగు మర్త్యు లత్తఱిన్. 84

మ. అరవిందాస్త్ర దవాగ్ని పాంథజనచిత్తారణ్యముల్ గాల్చుచో
సరవిన్ ధూమచయంబు తన్మహితనిశ్వాసానిలావాప్తిచేఁ
ద్వరగా వెల్వడి భూ నభోంతరములన్ వ్యాపించెనో నాఁగ నం
త రహిం బెంపెసఁగెం దుషారఘన సంతానంబు సాంద్రంబుగన్.

శా. ప్రాలేయంబులఁ బంచి లోకములనున్ బాధించుచున్నట్టి యా
ప్రాలేయాంశు గ్రసింప రాహువు జనుల్ ప్రార్థింప, నాతండొగిన్
గాలాకార విభిన్నరూపములఁ దత్కంజారిపై లేచెనా
నీలాభాగరు ధూమరేఖ లలరెన్ నీహారకాలంబునన్. 86

చ. జనులు నిదాఘకాలమున జాలము లొడ్డి, కృశత్వయుక్తిచే
నొనరు ననున్ గ్రహించి రిఁక నుద్ధతి నప్పగ దీర్తుఁగా కఁటం
చనిలుఁడు రాఁగ, వారలు తదధ్వము మూసి మొఱంగిరో యనం
గను గనదిష్టకా రచిత గర్భగృహంబుల నొప్పి రయ్యెడన్ 87

క. తత సీత్కారముచేతన్
క్షతాధరముచేత, మలయజవిలేప సితాం
గతచే విరహిణు లెసఁగిరి
పతులను గూడిరో యనంగఁ బ్రాలేయాప్తిన్. 88

గీ. అట్టి హేమంత సమయంబునందుఁ జలికి
గడగడ వడంకి పచ్చఱెక్కల పులుంగు
తత్తడి వజీరుఁ డొయ్యన దాఁగ వచ్చె
ననఁగ రుక్మవతీ హృదయంబు సొచ్చె. 89

గీ. రుక్మవతి కాన మదనచోరుండు తత్పు
రంబు గన్నంబువెట్టఁ గరంబు గడఁగె
ననఁగఁ గ్రొవ్వాఁడితూపు లుద్ధతి నిగిడ్చెఁ
గలిమిగలచోటఁ జోరార్తి గలుగు టరుదె? 90

రుక్మవతి విరహవర్ణనము

గీ. అపుడు రుక్మవతీ సరోజాయతాక్షి
కామవశతను బ్రద్యుమ్న కాంక్షఁ జెందె;
వసుధ వారెంత సిరిగల వారలైనఁ
గామవశతను బ్రద్యుమ్న కాంక్ష గనరె? 91

క. ఆ రాజీవదళేక్షణ
మార ధనుర్జ్యా విముక్త మార్గణగణ ని
ర్దారిత హృదయ యగుచు నిల
నేరక చింతింపఁదొణఁగె నెమ్మదిలోనన్. 92

ఉ. సారసగర్భముఖ్య సురసంతతికిం జొరఁగా నశక్యమౌ
ద్వారకలోని కెట్లు శుకవాణి చనుం? జనెఁబో మహాప్రతీ
హార జనౌఘ పాలితములై తగు ద్వారము లెట్లు దాఁటఁగా
నేరుచు? నేర్చెనేని ప్రియునిం గని యొంటిగఁ బల్క నేగతిన్?

మ. వనితారత్నము నాదువర్తనముఁ దా వాక్రువ్వఁగాఁ బ్రీతిచే
వినునో, లేక వినండొ? కర్ణములకున్ విందుల్ పచారింపఁగా
ననుఁ జేపట్టెడివార్త యాలలనచే నాకున్ రయంబొప్పఁగాఁ
బనుపం జూచునొ, చూడఁడో? యకట! నా భాగ్యంబదెట్లున్నదో?

చ. హితకరసత్కృపాపుషితకృష్ణుఁడు కృష్ణుఁడు మామ గాఁగఁ, జా
రు తనులతా విభావిజిత రుక్మిణి రుక్మిణి యత్తగాఁగళా
దృత గురుభారతీశుఁడు రతీశుఁడు నాథుఁడు గాఁగఁ దొల్లి నోఁ
చితినొకొ, లేదొకో? తలఁపు చేకుఱున ట్లొనరింపు దైవమా! 95

క. కలలోన వచ్చి నీదగు
చెలువముఁ బొడచూపి, నన్నుఁ జిత్తజు విశిఖం
బుల పాలుచేసి, యీగతిఁ
గలగింపఁగ నగునె నీకుఁ? గార్ష్ణి! యనుచున్. 96

ఉ. హా యను, శౌర్యనిర్జితగుహా యను, కాంతి తిరస్కృతాంబువా
హా యను, భూరిదృగ్జలరుహా యను, భవ్యకృపామృత ప్రవా
హా యను, భూరి సద్గుణ గృహా యను, పాదనతారి రాట్సమూ
హా యను, శంబరాద్యసురహా యను, రావె యదూద్వహా! యనున్

గీ. అతనుధర్మస్థితి నెసంగె ననుచు తీర
మిడి పెనుపఁ, దద్గుణంబుఁ బోవిడిచి స్రుక్కఁ
జేసె నని మల్లియలపాన్పు రోసె ననఁగఁ
బొలఁతి విరహార్తిఁ బుడమిపైఁ బొరలఁ జొచ్చె. 98

గీ. వెలఁది కప్పుడు ప్రద్యుమ్న విరహమునను
మనము దుర్వర్ణత వహింపఁ గని శరాగ్నిఁ
గామనాడింధముఁడు దానిఁ గరఁగఁ, దద్భ
వోష్ణవాయువు లనఁగ నిట్టూర్పు లొదవె. 99

మ. తనుతాపానల తప్తహార మణిసంతానంబు బాష్పాంబు సే
చనఁ జూర్ణీకృతమై, తదంగమున మున్ సంతాపమున్ హెచ్చఁజే
సెను; దానెంత గుణాన్వితుండయిన గాసింబెట్టు దైవంబు చా
లని నాఁ, డంచును పెద్దలాడు నుడు లేలా తప్పు? నూహింపఁగన్.

గీ. తను విపాండిమ భస్మలేపనము గాఁగ,
సంతతాశ్రుకణము లక్షసరము గాఁగఁ,
గామసిద్ధికి జపనిష్ఠ గాంచె ననఁగ
నెలఁత యంత నిమీలిత నేత్ర యయ్యె. 101

క. ఈ లీల బాలికా మణి
కీలిశిఖోపమిత మీన కేతన శిత బా
ణాళికిఁ దూలుచు సోలుచు
జాలింబడి సఖుల మొఱఁగి చని వనిలోనన్. 102

చ. సమధికశత్రువై వెలయు శంబరదానవభేదికిన్ సుచా
పములయి తన్ను వేఁచు పగఁ, బాపికొనంగఁ గడంగెనో యనన్
సమద గజేంద్రయాన యతి సంభ్రమ ముప్పతిలంగ నిక్షు సం
ఘములఁ బెకల్చి, ఖండములుగా నొనరించి హరించె నత్తఱిన్. 103

సీ. సుందరి ముఖ మరవిందమన్ భ్రాంతిచే
మధువు ద్రావఁగ వచ్చు మధుప చయము,
తెఱవ హాసంబు చంద్రికలను భ్రాంతిచేఁ
గ్రోలంగ వచ్చు చకోర గణము,
మీనాక్షి నాభి వల్మీకమన్ భ్రాంతిచే
నురవడిఁ జొర వచ్చు నురగ కులము,
బింబోష్ఠి భుజములు బిసములన్ భ్రాంతిచేఁ
జవి గొన వచ్చు హంస వ్రజంబు,

గీ. మగిడి చనె నింతినాస సంపఁగి యఁటంచు,
నువిద కాశ్మీరతిలకంబు రవి యఁటంచు,
రమణి గానంబు షడ్జస్వరం బఁటంచుఁ
గాంత నెఱికొప్పు ఘనఘనాఘన మఁటంచు. 104

క. అయ్యెడఁ దొయ్యలిఁ గానక
దయ్యము నెద దూఱికొనుచుఁ దహతహపడుచున్
నెయ్యంపు బోటి కత్తియ
లయ్యలికులవేణి జాడ లారసికొనుచున్. 105

క. పగలీనగలీనములై
పగలిలగ లీల నలరు పరభృతతతులా
పగలిఁ గ్రమ్మఁగా, నో
పఁగ లీలావతివశంబె? బాలికలారా! 106

వ. అని యొండొరు లాడికొనుచు. 107

క. చని చని యొక కుంజగృహం
బున ఘర్మక్లాంత లతిక పోలెన్ శ్రాంతిం
గని పొగులుచున్న సకియం
గనుఁగొని యిట్లనిరి సూక్తి కౌశల మొప్పన్. 108

ఉ. 'జాతి విహీనుఁడై, మధుప సంగతుఁడై, యశరీరయుక్తుఁడై,
స్ఫీత పలాశి సంతతి నిషేవితుఁడై, కుజని ప్రకాశక
ఖ్యాతిఁ దనర్చు చైత్రికుఁ డపాయ మొనర్పఁడె, యేల నిందు ని
ర్భితిని వచ్చితమ్మ? చెలిపిండు మొఱంగి కురంగలోచనా!' 109

వ. అని యిట్లు కటకటంబడి, వనవిహారంబువలనఁ గొంత ప్రొద్దు
గడపం దలంచి, రుక్మవతిం గనుంగొని యందొక్క కలకంఠకంఠి
యిట్లనియె. 110

ఉద్యానవన వర్ణనము

సీ. బహు రసాలఫల ప్రస్రవద్రస వ్యాజ వ
 ర్షాగమాభిద్రుత హంసకులము,
సాంద్ర ద్రుమాంతర చ్ఛాయాతికైతవ
 ధ్వాంత దుఃఖిత చక్రవాకచయము,
గురుతరోజ్జ్వల జపా గుచ్ఛ మాయా బాల
 రవి సంతుఖిత చకోర వ్రజంబు,
లలితాళి నీలపల్లవలీ లతామిషా
 సిత సర్పవంచిత శిఖిగణంబు,

గీ. నిరుపమాన ప్రభా సమన్విత పలాశ
జాత ముకుళ మృషాంశుక చంచు సంగ్ర
సన ముదాగత సంకు మార్జాల మండ
లంబు గనుఁగొను మేతద్వనంబు చెలియ! 111

చ. దళములఁగూర్చి కాంచన వితానము లెల్ల హరించు నమ్మహో
బల ఘనవైరి నొంపఁ గనుపట్టిన మాధవు రోషభీషణ
జ్వలన శిఖాళులో యన, రసాల రసాజములందుఁ బల్లవం
బులు దనరారెఁ గంటివె? ప్రఫుల్ల సరోరుహపత్రలోచనా! 112

చ. సకియరో! మాధవుం గడు ప్రసన్నతకై వనలక్ష్మి యాత్మఁ గో
రిక లెసఁగన్ జపించుచును ప్రేళ్ళను ద్రిప్పు సరోరుహాక్ష మా
లిక యొ యనంగ, నెంతయుఁ దలిర్చెడిఁ గంటె? సమస్త భూరుహా
గ్ర కలిత పల్లవోత్కర చరన్మద బంభర డింభ కావళిన్. 113

క. వనజాయతలోచన! నా
మనవి న్విని చనకు మటుకు, మన్మథ బాణా
సన గళిత శిలీముఖములు
ఘన కాలాకృతిని నిన్నుఁ గమలఁగఁ జేయున్. 114

క. తరళాక్షి మది నొకింతయు
నరయక యుద్వృత్తి నిజ మహాచల ధర్మ
స్ఫురణము దఱుఁగం జేసిన
మఱుఁ డుగ్రక్రోధవహ్ని మండకయున్నె ? 115

సీ. వల్లభుంబని దేవ వల్లభ ఛాయకు
భూధర స్తని! నీవు పోకు మమ్మ,
ప్రాప్యంబఁటంచు సుపర్ణాంతికమ్మున
కురగరోమాళి! నీ వరుగ కమ్మ,
అభిగమ్యమని కుంజరాళ నాశ్రయమున
కిభరాజగమన! నీ వేగ కమ్మ,
ఆసాద్యమని మన్మథాభ్యర్ణమునకును
శంబరాక్షిరో! నీవు చనకు మమ్మ,

గీ. యనుచు నయ్యింతి పలుక, బింబాధరోష్ఠి
యొకతె, యో చతురానన, యో సువర్ణ
వసన, యోసతి, యోమృదు వనజ పాణి!
యిచ్చ కగునట్టు లటకుఁ బోవచ్చు ననియె.

సీ. అతివ! నీచే మాట లభ్యసించిన చిల్క
పరుషోక్తు లెంతయుఁ బల్కఁజొచ్చె,
రమణి! నీచే సుస్వరము నేర్చిన పికంబు
దాయదై నీ మ్రోలఁ గూయఁజొచ్చె,
కలికి! నీచే పాట గఱచిన మధుపంబు
గడనచేయక మ్రోఁత లిడఁగఁజొచ్చె,
నాతి! నీచే నర్తనము గ్రహించిన కేకి
యెదుర మిక్కిలి కేక లేయఁజొచ్చె,

గీ. మిత్రులెల్లను శత్రులై మెలఁగి రిపుడు
మాధవాజ్ఞను దప్పింప మన వశంబె?
నలి గురుద్రోహు లని కాదె నలినసూతి
యతివ వనమున వీని నల్లాడఁ జేసె. 117

పుష్పాపచయ వర్ణనము

క. అని యివ్విధమున వనజా
నన లారుక్మవతి కవ్వన విశేషములన్
వినిపించుచు సుమహరణం
బొనరింపఁ గడంగి రప్పు డుత్సాహమునన్. 118

రగడ:

అమ్మ! యమ్మధురస లతాళి ప్రియమ్మయమ్మగు నీవు కంటివె?
తమ్మ తమ్ములుప్రోవఁ దేఁటు లెద మ్ముదమ్ముగ మ్రోయు వింటివె?
వామ! వామతరమగు మరువము వాడి వాడిక కెక్కియున్నది,
మామమామ మెఱుంగు భంగి తమాలమాల సొబంగు గన్నది;
సరస! సరసఫలాళి మిళిత రసాలసాల మిగుర్ప ముట్టుము,
కరము కరమునఁ గ్రోవి నలమి నికామ కామ మెలర్పఁ బట్టుము;
మానిమానితవృత్తి పల్కులు, మహిళ! మహిళను గాంచి పాడుము,
కాన కా ననగొనకు మరువాల్గంటి! కంటకముగను జూడుము,
చేరు చేరువ నున్న పొన్నకుఁ జెలిమిచెలి! మిగులంగ నగుచును,
సార సారసవదన! వినుమదె సారసారవమును జెలఁగుచును;
అక్క! యక్కడ నాడె నెద ముదమంద మందగతిన్ మరాళము,
దక్క దక్కఅపట్లఁ జూడఁగఁ దనరుఁ దనరుచి నీ ప్రవాళము;
అంచ యంచ లసిత సరోరుహా మతివ! మతి వలదమ్మ కొన నన,
మించు మించుకటాక్షమునఁ బొడమించు మించుక తిలకమున నన;

చేవచే వడి గోఁగు నమృతముచిల్క చిల్కలకొల్కి! నుడువుము,
ఢావ ఢావదరీతి శారిక, తరుణి! తరుణిని బల్కె నడువుము;
సతి! వసతివని నమరువావిలిఁ జాలఁజాలఁగఁ జల్లనూర్చుము,
హితమహితమతి! కేసరము లలి నింపునింపు, మదింపఁ గూర్పుము;
పొగడఁ బొగడఁగ గంధిలం బటు పోక పోఁకలఁ గోయనేటికి?
నగ మనఁగ మధుతరు వెసంగె వనమ్మున మ్ముదమొనఁగి తేఁటికి;
మన విమన విరహానలంబన మహిమ మహి మనె నీ జపావళి,
ఘనత ఘనతతి నుతిమనె నళినికాయ కాయము లూర్మికావళి;
శోభ శోభననయన! దగెఁ గింశుకము శుకములకెల్ల నిల్లుగ,
అభయాభరణమగు మంకెన కనిన కని నగనేల? పెల్లుగ;
నెఱిఁగి నెఱిఁ గిసలాఖ్య నడుఁగఁగ నేలనే లలితాంగి! యిప్పుడు,
తెఱవ! తెఱవది గాదు మదనుని తేజి తేజిలు నందు నెప్పుడు;
చామ! చామనచాయఁ దనరె నిజంబు జంబువుపై శుకంబులు,
కామి కామిను లలర వీచె సుగంధ గంధవహాంకురంబులు;
ప్రమద! ప్రమదమున ముఖమెత్తుకరాఁగ రాగమునొందు హేమము,
కమలి కమలిను లుండ శిఖి భుజగముల గములని పూనె ప్రేమము;
పూని పూనికఁదన్ను మొగిఁ బొలుపొందు పొందుగ నీయశోకము,
కానఁ గానఁగనయ్యె నదె సుమకాండ కాండములు తదనీకము;
పొదలఁ బొదలఁగ సాగె నీతలఁపూఁగ పూగము లతిఘనమ్మగ,
మదను మదనుమతిం గొలువు మనుమాన మానక వేగిరమ్మగ. 119

గీ. అని వనక్రీడ సలిపి యేణాంకముఖులు
పంచబాణ సపర్య కావించుటకును
మానితామ్లాన సూన వితానములను
నేర్పు మీఱంగ భక్తితో నేర్పరించి. 120

సీ. సుమనోవిలాసంబు చూఱపుచ్చిన యంత
మధుప రాగంబులు మట్టుపడియె,
వరపల్లవ సమృద్ధి దొఱఁగఁ జేసిన యంత
నల పికాంగన వియోగాబ్ధిఁ బడియె,
జీవనప్రద ఫలశ్రీలఁ జేకొనినంత
శుక మగమప్రాప్తి స్రుక్కువడియె,
నలరు కొమ్మల ప్రాపు దొలఁగఁ జేసిన యంత
మధు వాత్మభూజార్తి మ్రానుపడియె,

గీ. ననుచుఁ దమలోన నర్మోక్తు లాడుకొనుచు
సంభ్రమంబునఁ దత్ప్రదేశంబు విడిచి,
మలయ భూధరసంజాత మారుతాంకు
రాపహృత గాఢ మార్గ సంతాప లగుచు. 121

ఉ. కాంచనగాత్రు లేగి యటఁ గాంచి రుదంచిత వాయుసంచల
త్కాంచనరేణు కందళిత కమ్ర వికస్వర పంకజోల్లస
త్కాంచన పంకజాత కలిత ద్యునదీ భ్రమ దంబుసంచర
త్కాంచన గర్భవాహచయ ధామము నొక్క సరోలలామమున్.

సరోవర వర్ణనము

వ. కాంచి, సరోవరలక్ష్మి సమంచిత చంచరీకసంచయ దృగంచలంబుల నిరీక్షించి, కంకణోర్మికా హస్తంబు లెత్తి, హంసకారావ కైతవంబునఁ దమ్ముం జేరఁబిల్చుగతి రాణించుట కొండొరులతో వక్కాణించుచు, నంబుప్రతిబింబిత తటనికట పూగీఫల నాగవల్లీ దళంబులును, మంజుల కింజల్కపుంజ రంజిత పుండరీక షండంబులు పాలికామాలికలును, ముహుర్ముహురుద్గతాళిపాళియుక్త రక్త జలజాతజాతంబులు సధూమస్తోమవీతిహోత్రపాత్రంబులును, జల శీకర నికర సంకలిత లలిత పంకజపర్ణంబులు వర్ణనీయ లాజభాజనం

బులును, సముల్లసిత హల్లకంబులు నీరాజన సమాజంబులును, నభంగతరంగస్వనంబులు రంగన్మృదంగస్వనంబులును, విప్రవర నినాదంబులు విప్రవరాశీర్వాదంబులునునై విలసిల్లి పద్మినీ కర గ్రహణమహోత్సాహోత్సవంబుపొలుపు దెలుపుట కానందంబు నొందుచు, నప్రియేందు ప్రియంబులగుట నిందీవర బృందంబులఁ బద్మినీ పద్మకరంబులఁ గరంబు కినుకఁ దునుకలుచేసి దగరతనంబున నెగురవేయు చందంబున నొప్పు నరవిందమందిరంబులనుండి యెగయు మిళింద సందోహంబులం గనుంగొని చెలంగుచు, కమలాకరచిత్రఫలకంబున, హల్లకేందీవర కైరవ శైవలాచ్ఛాదిత కమల కుట్మలంబులు పద్మరాగేంద్రనీల హీర హారిన్మణిమయంబు లగు సారెలును, సారస చక్రవాక హంస సంసదారవంబులు తత్సమయోచితాలాపంబులునుగా, జలాధిదేవతలు జూదంబాడుచు సారెసారెకు సారెల నడిపించు నప్పు డుత్తుంగతరంగనిస్తుల హస్తంబుల నెత్తివైచు దంతపుటడ్డసాళ్ళ పగిదిఁ బొగరున పైకి నెగిరి పడు మగమీల నిగనిగలం గని మిగుల పొగడుచు, నున్నాళ సిత నాళీకాతపత్రయును, మరుచ్చలితోభయపార్శ్వ కైరవ చామర యుగళయును, ధృతబిసకాండ హంసప్రకాండ వేత్రహస్తయును, భృంగాంగనా సంగీతభంగీ తరంగీకృతహర్షోత్కర్ష యునై, శోణారవింద మణిమంది రాంతర్వర్ణనీయ కర్ణికాసింహాసనాసీన యగు రమాదేవి కేళికందుకంబు లనం దనరు రథాంగ దంపతుల పెంపున కింపు పూనుచు, బలభిన్మణిస్థాపితసోపానచ్ఛాయాచ్ఛాదితంబయి కాళిందీజలంబులసొంపు సంపాదించు సర్వతోముఖ సమృద్ధి కచ్చెరువందుచు, వెండియు నా సరోవరంబు సుమనో నివాసంబు గావున సురభిసంగతంబై, శరజాతోత్పత్తిహేతుసుకరంబుగావున సారంగ మండితంబై, నిర్మలపుష్కరంబు గావున భాస్వదబ్జకలితంబై, భాసుర పుండరీకంబు గావున రాజహంసయోగ్యంబై తేజరిల్లుటకు పులకాంకురపరీత శరీరలై యుబ్బి యన్నారీమణులు తద్వారి విహారాయత్తచిత్తలై. 123

జలక్రీడా వర్ణనము

సీ. అల నిశాచరబాధ దొలఁగించి హరి కమ
లామోద మొనరించినట్టి చోటు,
ఘన హారిణీ ముఖ్యగమన మరుత్తతి
కొమరొప్ప సురభి గైకొనిన చోటు,
సంతత శరజాతసంయుక్తి నాత్మభూ
ప్రియమూను నారి వర్తిల్లు చోటు,
వదలి మానసవృత్తి వనములోఁ బరమహం
స లభీష్టసిద్ధిఁ జెన్నలరు చోటు,

గీ. చెలువు మీఱంగ ననిమిషశ్రేష్ఠ జీవ
నానురూపామృతం బలరారు చోటు
మానవతులార యిదిసుఁడీ! మనము దీని
వారిఁ గ్రీడింపఁ గోర్కె లీడేఱు ననుచు. 124

ఉ. కట్టినయట్టి పుట్టములు గట్టునఁ బెట్టి, జిలుంగు పావడల్
గట్టిగఁగట్టి, గట్టి చనుకట్టులు దండలు నెట్ట, మేని బల్
దట్టపు చాయ లుట్టిపడఁ దట్టు పునుంగునఁ బుట్టు వాసనల్
చుట్టిన దిట్టలై కొలనుచుట్టును జుట్టిరి నిండువేడుకన్. 125

క. వెండియు నండజగామిను
లొండొరుల కరాంబుజంబు లూనుచు సరసిన్
నిండుమతిఁ జొచ్చి విహరణ
పాండిత్యము నెరపుచుండి ప్రమదం బెసఁగన్. 126

మ. పువువిల్కాని శరోత్కరంబులకుఁ బెంపుం జేయుచుం దమ్మప
ద్రవ మొందించునఁటంచు నీరస మొనర్పం బూనిరో నాఁగ, నా
గవరోద్యద్గమనల్ నిజాంజలులఁ దత్కాసార నీర ప్రపూ
రవితానం బెగఁజల్లఁజొచ్చిరి ప్రతీర క్షోణి భాగంబులన్. 127

చ. వనజదళాయతేక్షణ లవారితవారి విహార చాతురిం
దనరెడివేళ నందొక మదద్విపగామిని కేశపాశ మొ
య్యన మఱియొక్కసుందరి ముఖాంచలముం దగులంగ, నుల్లసి
ల్లెను బరిపూర్ణచంద్రుఁ గబళింపఁగఁబూను విధుంతుదుం డనన్. 128

చ. తరుణి యొకర్తు నీటఁ బ్రమదంబున వెన్నిడి యీఁదఁ, దత్కుచో
పరి సరసీజకోశమనుభ్రాంతి మరాళమువ్రాలి, గీఱి వే
నరుగ, నెలంతయోర్తు 'కమలానన నీవు జలస్థవయ్యు ని
ర్భరతర రాజహంస నఖరక్షతిఁ గాంచితి'వం చొగిన్ నగెన్. 129

సీ. అతివ యొక్కతె యుత్తమాంగసంగత సితాం
బురుహమై యబ్జశేఖరతఁ గాంచెఁ,
బడఁతి యొక్కతె ధృతోత్పలవిభామిళిత కం
ధరయయి నీల కంధరతఁ బూనె,
నెలఁత యొక్కతె పద్మినీవేష్టితాంఘ్రియై
రహి గూఢపాదాభరణతఁ దాల్చె,
వెలఁది యొక్కతె వారివిహృతివేగచ్యుత
పరిధానయై దిగంబరతఁ బొల్చెఁ,

గీ. దక్కుగల బోటులెల్లఁ దత్తద్విధముల
నతనుతాపోపశమనార్థ మలరి రనఁగ
నిజ కరాబ్జగృహీత పానీయ లగుచు
శంబరధరత్వ మొంది రా సమయమునను. 130

ఉ. కొమ్మలు నెమ్మనమ్మున నకుంఠిత సమ్మదమొప్ప జాళువా
కొమ్ములఁ జిమ్మునీరు గమిగూడి పయిం బ్రసరింపఁగా, ననం
తమ్ము జలస్వరూప మొగిఁ దాల్చెఁ జుమీ! యదికాకయున్న లో
కమ్మునఁ బుష్కరాఖ్య యెటుగల్గును దానికి? నెంచిచూడఁగన్.

గీ. ఆళియొక్కతె కేళీవిహారవేళఁ
దనరి పెకలించెడి మృణాళదళ మెసంగెఁ
దరణి కిరణాళి కోర్వక తాల్పనెత్తు
విమల గారుత్మతాతపత్రమొ యనంగ. 132

ఉ. అంబుజబంధుఁ డాత్మదయితాబ్జినిఁ ద్రొక్కి కలంచి రంచుఁ గో
పంబున దీధితిజ్వలనబాణము లేయఁగఁ, దన్నివారణా
ర్థంబు నిగుడ్చు వారుణశరంబు లనందగెఁ గామినీకలా
పంబు సువర్ణశృంగములఁ బై కెగఁజిమ్మఁగఁ బోవు నీరముల్. 133

గీ. మాటి మాటికి నీటిలోఁ బోటి యొకతె
మునుఁగుచును దేలుచుండఁ దన్ముఖ మెసంగె
నీరదములఁ బ్రవేశించి నిర్గమించి
తోఁచకను దోఁచు నమృత మరీచి యనఁగ 134

చ. పరమకుతూహలోల్లసితభావమునన్ హరిణీవిలోచనల్
సరసిఁ జరింపఁ, గత్తుయుగసంభృతనాళ సమీరణోల్లల
త్సరసిరుహచ్ఛదాగ్ర సముదంచిత పీన తదుజ్జ్వలత్పయో
ధరములు సంచలచ్ఛ్యుతి మదద్విపకుంభములో యనం దగెన్.135

చ. కలికి యొకర్తు కోకనద కైరవ హల్లక హార కంఠయై
జలములయందు మజ్జనము సల్పుచు తేచినఁ గుంకుమాంగ రా
గ లలిత హృజ్జలంబులు ప్రకాశిలె మన్మథబాణజాల ని
ర్దళిత తదీయ హృత్పుట సరద్బహుశోణితధారలో యనన్. 136

చ. జలముల నోల యోల యని సారసనేత్ర యొకర్తు మున్గి శై
వలము కరంబునంగొని జవంబున తేచినచందమొప్పెఁ గ
ల్వలదొర వేఁడి నొంచె నని వైరితఁ దత్ప్రియయా కుముద్వతిం
గలఁచి కచంబుపట్టికొని గ్రక్కున నీడ్చుకవచ్చెనో యనన్. 137

సీ. నవ సరోజ మృణాళనాళముల్ దునిమి పా
ఱఁగవైచె నొక్క మత్తగజయాన,
మకరందపానాభిమత్తద్విరేఫంబు
లను దోలె నొక భవ్యకనకనాస,
పరమానురాగ సంభరిత చక్రయుగాప్తి
సడలించె నొక పూర్ణచంద్ర వదన,
లలిత కల్లోలజాల చరన్మరాళాలిఁ
దూలించె నొక ఘన నీలవేణి,

గీ. యనుపమాన రయ ప్రవాహాభిముఖ ని
రంతర గతాగతాండజార్భక చయముల
మెలఁగనీదయ్యె నొక పృథుమీననేత్ర
సకియ లంభోవిహారంబు సలుపు నపుడు. 138

శా. ఈరీతిన్ జలకేళి సల్పి దరికిన్ హేలావతుల్ వచ్చి, సొం
పారన్ రుక్మవతీవధూమణికి నెయ్యంబొప్పఁగా నర్హమౌ
చీరం గట్టనొసంగి, భూషణములన్ శృంగారముల్ చేసి, వే
ర్వేరం దామ నలంకరించుకొని పూవిల్కాని సేవింపఁగన్. 139

గీ. సరస నొక సికతామయ స్థలమునందుఁ
బంచసాయకు రూప మేర్పడఁగ వ్రాసి,
వేడుకలు మీఱఁ బడఁతిచే షోడశోప
చారములఁ బూజసేయించి సన్నుతింప. 140

క. మనసిజుఁ డంతట ప్రమోలం
గనుపట్టిన యట్లఁదోఁపఁ గని గుండియ జ
ల్లన రుక్మవతియు మూర్ఛి
ల్లిన హల్లకగంధు లాకులితమానసలై. 141

చెలికత్తియలు రుక్మవతికి శైత్యోపచారము లొనర్చుట.

గీ. వీవనలఁ దాప మారంగ విసరి విసరి,
సారెసారెకుఁ బన్నీరు చల్లి చల్లి,
అంగలతయందుఁ జందనం బలఁది యలఁది,
చెలులు శైత్యోపచారముల్ చేయుచుండ. 142

గీ. పూర్ణచంద్రోదయంబన్న పొక్కఁదొడఁగె,
భృంగరాజమ్మఁటన్నను బెదరఁ జొచ్చె,
శాంతి కాదమ్మ మన్మథజ్వరము దేన;
నాతి కింకొక్క ప్రద్యుమ్నభూతిఁ దక్క. 143

చ. అనుచు యథోచితక్రియల నయ్యలివేణిని సేదదేర్చి, యో
వనరుహనేత్ర! నీవయిన వాంఛితముల్ ఫలియించు, నింక ని
వ్వని వసియింపనేల? యని వారక రుక్మవతిన్ ససంభ్రమం
బునఁ జెలులెల్లఁ దోడుకొనిపోయి నిశాంతము చేర్చి రంతటన్.

ఆశ్వాసాంతము

శా. చతుశ్శ్రోత్రశయాన! యానవిజితస్వర్ణాగనాగద్విష
త్పక్షోదంచిత పాదసారస! రసాపద్మావధూటీ లస
ద్వీక్షానందక! నందకాసి విజితాదిత్యారి రాజన్య! జ
న్య క్షోణీతల ఘోరశంఖభృతనిర్హ్రాద స్ఫుటద్దిక్తటా! 145

క. ఉడ్వధిపమకుట విధి సుర
గాడ్వినుతాగణ్యగుణవిరాజిత! మేధా
వీడ్వరదాయక! పదవా
రుడ్వర్ధితభక్తనయనరోలంబ! హరీ! 146

త్రోటకము :

వరదానవ పర్వత వజ్రధరా!
కరిభీకరవాశ్చర గర్వహరా!
శరచాప గదాదర చక్రకరా!
తురగాస్య! భవానల తోయధరా! 147

గద్యము

ఇది శ్రీ హయగ్రీవచరణారవిందమరంద నిరంతరాస్వాద సమాసాదిత
కవితాచాతుర్యధుర్య శ్రీమన్ముప్పిరాలవంశ పయఃపారావార
రాకాసుధాకర కేశవార్యపుత్ర సుచరిత్ర బుధజనవిధేయ
సుబ్బరాయప్రణీతంబైన ప్రద్యుమ్న చరిత్రంబను
మహాప్రబంధంబునందుఁ జతుర్థాశ్వాసము.

*

శ్రీరస్తు

ప్రద్యుమ్న చరిత్రము

పంచమాశ్వాసము

* * *

క. శ్రీమహనీయగుణోజ్జ్వల!
తామరసభవాది బింబితపదనఖ! మహో
ద్దామ పరాక్రమధామ! స
చ్చామల శోభాఝరీ! హయగ్రీవ! హరీ! 1

గీ. అవధరింపుము జనమేజయ క్షితీశుఁ
జూచి సాత్యవతేయ శిష్యుండు పలుకు
నట్లు నిజమందిరముఁ జేరి యంగజార్తిఁ
బడఁతి పూసెజ్జ మెయి చేర్చి యడలు నంత. 2

సూర్యాస్తమయ వర్ణనము

మ. అల రుక్మక్షితిపాలపుత్త్రి భవదీయాగణ్య లావణ్య ని
స్తుల తారుణ్య విశేషము ల్విని సుమేషుక్రూర బాణాహతిం
గలఁగం జొచ్చె నఁటంచుఁ గార్ష్ణికి నెఱుంగం జేయఁగాఁబూని యిం
పలరన్ ద్వారక కేగురీతి రవి డాయంబోయె నంభోనిధిన్. 3

వనవల్లికల ఖిల్లవనరుహాయత విలో
చనలు విద్రుమవల్లు లనుచుఁ జిదుమఁ,
మనీయకాసార కైరవ కుట్మలం
బుల శుకంబులు బింబబుద్ధిఁ జీర,
కావళి సరిన్నాథాంతరోద్గమి
తౌర్వానల జ్వాల లనుచు వగవ,
ల నిజాశ్రమ గృహములు దహ్యమా
న లయ్యె ననుచు విభ్రమము చెంద,

గీ. మౌనిరాణ్మానినీలలామములు సుమప
రాగ మగ్నిశిఖాభ్రాంతిఁ బ్రోగుచేయఁ
గ్రమ్మికొనుచును రోదసీగహ్వరంబు
నందుఁ జెలువందె జరఠారుణాతపములు. 4

సీ. హరివిలోకన తత్పరాపరాశాంగనా
రమణీయ దృక్ప్రసారము లనంగఁ,
దరణిహేమ ద్రవీకరణ కాలస్వర్ణ
కారసారిత భస్త్రికలో యనంగ,
ఘస్రాంత పరిచారికాస్తీర్ణ తిమిరాధి
రాణ్మార్గ నీలాంబరము లనంగ,
సముదేష్యదమృతాంశు రమణాభిముఖయాయి
నీలాబ్జినీసతీ నివహ మనఁగ,

గీ. విష్టపప్రభవిష్ణు నవీన మీన
కేతనైశ్వర్య పూర్వాప్త గిరిగరిష్ఠ
శంకుసంకలనావనీస్థాపితేంద్ర
నీలమణి తోరణము లన నీడ లడరె. 5

గీ. పగలు చండకరార్తి కోపంగలేక
తరుతతుల డాఁగియుండి, యతండు గ్రుంకు
వేళ వెడలు తమో మహీవిభుని ప్రోల
నిలుచు భటులన నీడలు నిడుద లయ్యె. 6

గీ. పద్మినీనాథుఁ డపరాబ్ధిఁ బవ్వళింపఁ
బోవ, జగములఁ గబళింపఁ బొంగు తిమిర
వారిధికి మున్న చనెడి కాల్వలో యనంగ
నీడ లరిగెను ప్రాచికి నిడుద లగుచు. 7

సీ. స్మరబాణ కషణార్థ సమయాసిధావక
 సంభృతారుణశాణచక్ర మనఁగ,
ఉడుఘుటీ విద్యోతనోచిత వారుణీ
 శాంబరిణీమణీ చషక మనఁగ,
వాసరసీమాన్త భాసురాస్తస్తంభ
 కలిత హిరణ్మయ ఘంట యనఁగఁ,
ప్రబలాహరవనీశరక్త రక్త ప్రదో
 ష భృగునందన పరశ్వధ మనంగ,

గీ. ఖేలదహిలోక జాలకోత్కీర్ణ రశ్మి
బంధనాకృష్ట వాతాటపటు మనంగ,
బింబమై, త్ర్యంశమై, యర్ధబింబమయ్యుఁ
బాదమై క్రుంకె నపరాబ్ధిఁ బద్మహితుఁడు. ౮

సీ. సమవాసర నిశావసరమల్ల సంగర
 రంగరింగద్రజోవ్రజ మనంగ,
భాస్వదంశుకహీన పరికుచ ద్యోసతీ
 వరుణార్పితారుణ వసన మనఁగ,
దాక్షాయణీ శశిధర సముద్వాహనాంబ
 ర వితర్ది సిందూర రచన యనఁగ,
సమయ దుర్బల సురోత్తమ చర్వణ స్పృహో
 సారిత వృత్తరసజ్ఞ యనగ,

గీ. వారుణీ భజనాభివివర్ధితాను
రాగపతితాబ్జసఖ కుమార్గ ప్రచార
విముఖ వినతాసుతాగ్రజ విజిత పద్మ
రాగ రుచిరాంగరుచియనఁ బ్రబలె సంధ్య. ౯

క. తమకులమునఁ బొడమిన చ
క్రములు వియోగాగ్నిఁ బొగులఁ గని హాహా రా
వము లొనరించెనొ యన నొ
క్కమొగిఁ నీడోద్భవములు కలకలఁ గూసెన్. 10

క. ఇనరాఘవ రహితను తనుఁ
గొనిపోవఁగఁ దిమిరదశముఖుఁడు రాఁ గని, భీ
తిని బద్మినీమహీసుత
కనుమోడ్చె ననా ముడింగెఁ గంజాతంబుల్. 11

రాత్రి వర్ణనము

గీ. పతి వియోగార్తి కోర్వక పద్మినీ ప
యోజముఖి మ్రింగు గరళంపుటుండ లనఁగఁ
బద్మములలోనఁ దేఁటులు పడియె, దాన
మోడ్చెఁ గనుదోయి నా యవి మొగిడె నపుడు. 12

గీ. కాలమను లుబ్ధకుం డేకఖగ వినాశ
నంబు గావించి తమపై రయంబు మెఱయ
నేగుదేరంగఁ గని భీతి డాఁగె ననఁగ
నిజ కులాయంబులను దూఱె నీడజములు. 13

సీ. హరిచెంత కదుదేర నళికి నింగికిఁ బారు
నంజన కరి శరీరాభ యనఁగఁ,
గడలిఁ ద్రెళ్ళిన తండ్రిఁగావ విష్ణుపదంబు
నందున వ్రాలు కాళింది యనఁగఁ,
బవలు లేనవి దీరఁ బాంసులా శిఖనుల
మనుప వచ్చిన ఘనాఘన మనంగఁ,
బతిరాక దెలిసి రే పడఁతి గీ మలుకంగఁ,
గూర్చిన కస్తూరి కుప్ప యనఁగ,

గీ. భూసురార్ఘ్యజలాళి దంభోళిపాళి
చుట్టుముట్టినఁ గట్టిన జుట్టు లురల
దిక్కుదిక్కులఁ బారు మందేహ దేహ
కాంతి యనఁగను గటికచీఁకటి తనర్చె. 14

సీ. శర్వరీముఖ నటచ్ఛర్వ శిరోలుఠ
ద్గంగా తరంగ శీకరము లనఁగ,
అవసర హారి పునర్భవ భిన్న వాసర
ద్విపకుంభ గళితమౌక్తికము లనఁగ,
ఆగామిరాజోపహారతృపా ప్రమ
దాహృతద్రాక్షాఫలాళు లనఁగఁ,
గాల కువిందక కలితాభ్ర నీలాంబ
రాంతర ధవళచిహ్నము లనంగఁ,

గీ. దపనబలిదానవుని రసాతలము చేర్చి
వినుతి గాంచిన సమయ త్రివిక్రమోర్ధ్వ
చరణమున దేవతలు పూజ సల్పినట్టి
మల్లెపువ్వులు నాఁ జుక్క లుల్లసిల్లె. 15

చ. నవహారినీల నీలవసనంబులు మైఁగలయంగఁగప్పి, ప
ల్లవులను జేరఁబోయెడి తలంపున నిండ్లు వినిర్గమించు జా
ర వనజ దృక్కదంబకము రంజిలె మందిరదీప్తదీపికా
నివహ మహోవిభాహతి వినిర్గత సంతమసాళియో యనఁగా. 16

గీ. మిత్ర వసుసంపద గ్రహించి మించిన ప్ర
భంజనాప్తుని దుర్యశఃపటలి గురుకు
లాధివాసంబునను వీడి యరుగుచున్న
దనఁగ దీపాగ్రకలిత ధూమాళి తనరె. 17

చంద్రోదయ వర్ణనము

గీ. జగము లన్నియు నొకట గెల్వఁగఁ దలంచి,
చెలఁగి సన్మిత్రుఁడగు రాజుఁ బిలువ వచ్చి
నట్టి కలుముల జవరాలి పట్టి కేత
నం బనఁగఁ బ్రాగ్దిశను పాండిమంబు దోఁచె. 18

సీ. లసదనంతగళావలంబి తారాహార
మధ్యగ కౌస్తుభమణి యనంగ,
విబుధమార్గనిరోధి వృత్రనాశోద్యుక్త
హరి రోషసంజనితాగ్ని యనఁగ,
పాంథ తాపానల ప్రజ్వలనాప్చుర
ధ్వజగృహీతారుణ వ్యజన మనఁగఁ,
బ్రియసుతశయనోపరి పులోమజాబద్ధ
నూత్నమాణిక్య కందుక మనంగఁ,

గీ. బూర్వ దిగ్భాగమను రఘుపుంగవునకు
నవసరంబున గంధవహాత్మజుండు
తెచ్చియిచ్చిన భూమిపుత్రీ శిరోవి
భూషణంబనఁ గైరవాప్తుండు పొడిచె. 19

గీ. అరిదరకరుండు, కువలయాహ్లాదవర్ధ
నుండు, పద్మాహితుఁడు, తమోనుదుఁడు నైన
విధున కింద్రార్పితంబయి వెలయు హార
తరళనీలాశ్మమనఁ గందు తనరె నపుడు. 20

చంద్రికా వర్ణనము

శా. ప్రాలేయాంశు ఘనాంశుజాలముల కోర్వంజాల కెంతేనియుఁ
జాలిం జెంది గుహానిగూహన విశిష్టంబౌ తమం బత్తఱిన్
మేలుం జెందఁగ నొందులేమి బహుళస్నేహంబునం బుంశ్చలీ
నాళీకాస్యల మానసంబుల విలీనంబయ్యె నిక్కంబుగన్. 21

మ. సమయంబౌ నిదె యంచు నధ్వగవధూసంఘంబు నొక్కుమ్మడిన్
సమయంజేయఁదలంచి మించి సుమనశ్చాపుండు పుంఖానుపుం
ఖముగా నేసెడు కైరవాస్త్రము లనంగా యామినీకామినీ
రమణోద్యత్కిరణౌఘముల్ నెరసె దుర్వారంబుగా నెల్లెడన్. 22

సీ. తనదు చాయ కపాలధరుఁడొంది మహిత దు
ర్గాధినాథుండయి యతిశయిల్లెఁ,
దన కళాసంగతిఁ దలవాకిట మెలంగు
నతివ హిరణ్యగర్భాప్తి నెసఁగెఁ,
దన వర్ణమహిమంబు గనిన దుర్వర్ణాద్రి
వసుధ సుగోత్రమై వన్నె కెక్కెఁ,
దన వసుభూతి పెంపునన లక్ష్మిగురుండు
క్షీరపయోరాశి సిరిని గనియె,

గీ. నన విజృంభించి, శేషాహి నడుగుపఱిచి,
కనవు సురసౌరభేయిని మెసవఁజేసి,
పాండుశాఖిని నాకులపా టొనర్చి
నిండె జగమెల్ల నపుడు రేయెండపిండు. 23

వ. వెండియుఁ బ్రచండాఖండలవేదండ శుండాదండప్రకాండోద్ధూత పుండరీకాయిత శశిమండలమండితసాంద్రచంద్రికా తండోపతండంబులు మార్తాండాస్తమయ సమయ తాండవ కంపిత ఖండపరశు శిఖండాఖండ గాంగడిండీరఖండంబుల గండుమిగిలి నిండుకొనుచు, బల్లిదుండగుమదనుండు హల్లకభల్లంబుల నెదలు చిల్లులువోవ నేయ నొల్లంబోయి తల్లడిల్లి, మల్లికావల్లి కామతల్లికల నుల్లసిల్లి, తావులు వెదఁజల్లు చల్లనితావుల నుల్లంబులు పల్లవింపఁ, బల్లవులంగూడి కల్లు ద్రాగి పెల్లురేఁగి, ధమ్మిల్లంబులు వీడ మట్టుమల్లాడుచుఁ జెల్లాటంబుల నవ్వలభులపై మైరేయంబులు చల్లు పల్లవాధరల గల్లంబుల

రంజిల్లు ధాళధళ్యంబులం గొల్లలాడుచు, నిక్షుచాపసంక్షుభితులై పల్లవు లక్షీణ మోహంబునం దమ్ముఁ జేరి కటాక్ష నిరీక్షణంబుల రక్షింపుండని వక్షోజంబుల నఖక్షతంబులు నిక్షేపించిన, వారి నక్షుల నధిక్షేపించుచుఁ బూబంతులనీడల నక్షిగతంబులగు నక్షత్రేశుకిరణంబులెత్తి వక్షంబులుసోఁక వైవంబోవువారును, మందస్మిత సుందరవదనారవిందంబులు చెందొవవిందునకు విందులు సేయ మందగమనంబున మందిరంబులు వెడలి పానాళిందంబు నొంది గుబ్బల చందంబుల పొందుగోరు కుందనంపుబిందియలం బోలు పొందు మద్యంబు కురువిందచషకంబులం గొని యమందానందంబునం జిందులు ద్రొక్కుచుఁ, జందనాచల మందానిల కందళంబులందంద శ్రమబిందుసందోహంబుల డిందుపఱుపఁ జెంతం దనరు ద్రాక్షపందిళ్ళసందులం దోఁచు చందురువెలుంగులు క్రింద రాలిన ఫలబృందంబులని యందికొనం బోవువారును, చెప్పఁజాలని తమకంబు ముప్పిరిగొన మొగుళ్ళకప్పంబులుగొను కప్పుకొప్పుల చాయ మఱుఁగొప్ప మరుగొప్పయలజడి కొప్పక యుప్పరిగలు వెడలి, చప్పుడుడుగ నొప్పునఁ దప్పటడుగు లిడుచు సంకేతంబు చొప్పరయుచుఁ గప్పురంపు విప్పుటనంటుల కప్పురంపుఁబరాగంపుఁదిప్పలడుంగులకు నొప్పులొదవ దెప్పరంబునంగడచుచుఁ, దెప్పతెప్పునఁ దేనెవాఁకలు పుప్పొడితిప్పలనీఁదుచు నప్పల్లవులం గలసి నెలరాజిప్పలఁజిప్పిలు నప్పుల పెంపు దప్పక క్రోలునాసవం బెప్పటి గతిం దోఁపఁ గనురెప్పలు విప్పి తప్పక కనుంగొనునప్పు డందుఁ జొప్పడిన చూడ్కులు మెప్పులగు జంబూఫలంబులని చప్పరింపంబోవువారునునై, యొప్పుల కుప్పలన నొప్పు కప్పురగందుల ధవళనేత్రప్రభల మైత్రిగాంచెనో యనఁ గ్వచిత్ప్రదేశంబుల ముంగిళ్ళ రంగవల్లులఁ దుఱంగలించు బంగరంపుటరుంగుల చలివెలుంగు వెలుంగుల నంగరాగంబులు వెలుంగ, భృంగంబుల భంగంబులు సేయు ముంగురు లమరంగ, బొంగరంబులంబోలు చనుంగవలపైఁ

జేలచెఱంగు లెసంగఁ, గరాంగుళుల నుంగరంబులు పొసంగఁ,
బాదాంగదంబులు మొరయంగ, నంగజు మెఱుంగుశరంబు లనంగఁ
జెలంగి కురంగనయనలు కుఱుంగట మెలంగు భుజంగులం గనుంగొని
యానందతరంగితాంతరంగలై పెక్కు తెఱంగుల ననంగసంగర
ప్రసంగంబులు నెఱపి, తమ్ముం గదియు వారి కవుంగిళ్ళ నసంగి
పెనంగి, యుత్తుంగసౌధాంగణంబుల కరిగి, గంగాతరంగ శీకర
సంగతానిలంబు శ్రమంబు దొలంగింప, మేను లెఱుంగక కనుంగవలు
ముడింగించి నిదురింపఁ, దదంగంబులకు సొబంగొసంగు నంగదహీర
ప్రభల దొంగిలియుప్పొంగెనో యనఁ గొన్ని యెడల వెన్నెల
పులుంగులు మిన్నందు వెన్నెలతేఁడు గిన్నియం మిన్నయై పొరలు
చున్న వెన్నెలపాలుం గని పెన్నిధిం గన్న పేదల గతి నుబ్బి యాకొన్న
తమిఁ జున్న వోలెఁ గ్రోలుచు 'నన్నన్న దీనిరుచు లెన్న నన్నులువ
కైననలవికా' దని సన్నుతించుచు, నిసుకతిన్నియలఁ గన్నియల
వెన్నులు తమ చన్ను లొరయఁ గొందఱన్నులు గన్నులు
మూయుచు మున్ను పొన్నల క్రిందనీఁగియున్న యన్నెలంతలం
జేసన్నలం బిల్చుచు దాఁగిలిమూఁతలాడుచున్న తఱి వారి కన్నులం
గని చుట్టంబులని మన్ననఁ జీరంబోయి నెన్నుదుటఁ జెన్నలరుచంది
రంబు వెన్నుని వలకన్నని విన్నఁదనంబున మరలుచున్నెడఁ గ్రన్నన
నొడిసిపట్టుకొన సన్నిహితలై యెత్తిన తత్కరనఖరంబుల నిగన్ని
గలఁగైకొని వన్నియ కెక్కెనో యన, వేరొండుచాయల విటీజనం
బులు సంకేతకుంజకోటజ నికటంబులకుం బటురయంబునం జని
యచటికి విటులు రాక మసలుటకుఁ గటకటంబడుచు, స్ఫుటంబు
లైన కౌముదీపటలంబులు దిక్తటంబులు నిండి విటపి గిరికటకంబుల
ముసుంగిడినటు లెసంగి, సముద్భటభటయుతుండై యబటకేతుండు
కుటిలకుంతలల హృదయపుటంబుల దిటంబు వెడలింప వెడలుట
కెత్తినపటకుటీరంబులనం దోఁప, నుత్కటంబగు విరహంబునఁ జటుల
కుచఘటకటిభరంబులఁ గొనులు నటియింప నిటకటకుం దిరుగుచు

నింకెటు లనుచు బొట్టనవ్రేళ్ళనేల వ్రాయుచు గుటకలు మ్రింగుచున్నంతటం దటాలున ముందటం దోఁచు వారల చెంగటి కరిగి కలసి సుఖించుట కానఁ గ్రకులు పొటమరించిన గతి నీటగు నెలరాలం జిప్పిలు తేటనీటఁ బెంపు వాటిల్లెనో యనఁ, గలిపయస్థలంబుల విత్తంబునకై కుంచెనక త్తియ లొత్తిపలుక మెత్తంబడి జారమత్తకాళినులు చిత్తజాయత్త చిత్తలై హారిత్తులలర జలభృత్తులఁ దొలంగు తటిత్తులన గీము లుత్తరించి పువ్వుగుత్తుల మూలకొత్తు గుబ్బల మొత్తంబులై హారంబులు నృత్తంబులు సలుపఁ బుత్తడిమేన మెత్తిన కలపంబు నెత్తావి బుగులుకొనఁ గ్రొత్తలైన తొడవులు తళుకొత్త నెత్తమ్ములంబోని మెత్తనియడుగు లొత్తికొను తెరవు హత్తి, కుంజంబులు నొత్తెంచి గంధోత్తమాపానమత్తవిటోత్తమ కరాత్తలై యురంబుల నత్తమిల్లి, మురజిత్తనయకేళిం దేలి యొత్తిగిలి నిద్రించి లేచు నత్తఱిఁ దత్తలంబుల వెన్నెల పొడలు వృత్తంబులై తోఁప, గుత్తంబులౌ తమ సరుల ముత్తియంబు లని తత్తఱంబున నెత్తంబోవ రిత్తయగుటకుఁ దోడి బిత్తరుల మొగంబుల నిగురొత్తు చిఱునవ్వుల పొత్తులం గలిసి పేరెంబు లెత్తెనో యన, నొక్కొక్కచోట నక్కునక్కు నొక్కటిగాఁ బెక్కువిధంబుల పొక్కించి చిక్కక చక్కంబోవు మక్కువకానికై పొక్కి, తమిం జిక్కి క్రిక్కిరిసి దిక్కుదిక్కునం బిక్కటిల్లు చుక్కలు చక్కెరవింటి చక్కనిసామి చెక్కెం బలర నుక్కుమిగిలి పచ్చవెక్కల పక్కి నెక్కి నిక్కి యెక్కిడియేసి చొక్కటంపుఁ బూములుక్కులై చిక్కు పఱుప, జక్కవ జవరాలు మొక్కసెడి యిక్కడక్కడం దిరిగి యొక్క యిక్కువ నొక్కడక్కులాఁడి ముక్కుముక్కఱ చెక్కిలి నక్కజంబుగాఁ ద్రొక్కులాడ విటునిద్రక్క రతులం జొక్కుచు మోవి చుఱుక్కున నొక్కిన నుచుక్కనుచు సుక్కి తక్కక నెక్కొను చెమట మొక్క లొక్క మొగి పొక్కిలినిండి వెక్కసంబయిన, రిక్కల రాయని చిక్కనివెలుంగున వలపులం గ్రక్కు నెక్కొమరుగాడ్పు

చక్కిక్రమంబుదక్కఁ గూర్కునెడ, నక్కలికి కుచంబొక్కటిం గాంచి క్రక్కున ప్రియుండు దక్కెదక్కెనన నెక్కుడు నిక్కుచు డాసి నిక్కంబుగామి గిరుక్కున మరలుటకు పక్కున నవ్వుగతి విరిసి సొంపెక్కు కుముదరుక్కదంబంబులం గలిసి మిక్కుటంబయ్యెనో యన విజృంభించి, సర్వజ్ఞశేఖర కళావిశేషంబుగావున లోకతమో నివారకంబగుచుఁ, గమలాప్రియమూర్తి కావున నరిదరాతిశయం బగుచు, సన్మార్గరాజప్రకాశంబు గావునఁ గువలయానందకరం బగుచు,నబ్జభవతేజోవైభవంబుగావుననసంతామోదసృష్టికారణం బగుచు, నజాండకరండంబునకు వెండిపూత గావించిన తెఱంగున రంగుమీఱుచు విరహదవధువ్యథా దోధూయమానాధ్వనీన హృద్భిదావిధానపారీణ రతివధూధవ కేతకీ తురీతురీచాతురీ ధురీణంబై విలసిల్లు నవసరంబున. 24

చంద్రోపాలంభము

క. ఆ రుక్మక్షితిపాలకు
గారాపు తనూజ చంద్రికల కాఁకలకున్
సైరింపలేక దూఱె ను
దారవచోరచన లెసఁగ నజ్జారాతిన్. 25

గీ. తలఁప గంధేభయానాహితత్వ మూని
బహుళవసుహీనవృత్తిచేఁ బరఁగి, సుకవి
మైత్రి గనక గురుద్రోహమతి నెసంగు
నిన్ను రాజనఁ జెల్లునే? నీరజారి! 26

గీ. హరుని నేత్రత్రయంబులో నగ్నితపను
లుష్ణభావంబు గాంచిన నోర్వలేక
తత్సమంబుగఁ గన్న ప్రతాపమెల్ల
నకట విరహులపైఁ జూపనగునె? చంద్ర! 27

చ. స్ఫురిత ఫణిగ్రహోగ్రహుతభుక్శిఖ లొక్కట వెంటనంటినన్
బరువడి నీలకంఠభజనం బొనరించిన నొక్కటం దదా
భరణ భుజంగకోటి నిజబంధు విరోధి యితం డఁటంచు నిం
బరుసదనంబుతో నొడిసిపట్టక ముట్టక మానునే శశీ! 28

ఉ. అలిని గోలుపోయిన మహావ్యసనంబునఁ గుందుచున్న యా
వేలుపుటొజ్జలయ్య నిను వెఱ్ఱితనంబున శాపపావక
జ్వాలలఁ గూల్పలేక యపవాదము గైకొనె; నట్టులైన యీ
జాలి తొలంగదే పథికజాతికి నెప్పు డహో సుధాకరా! 29

చ. కుటిలతఁ దన్ను మున్ను సుధఁ గ్రోలఁగనీక మురారితోడ నా
కిటు కెఱుగంగజేసి కడుఁ గీడొనరించె నఁటంచు రాహువా
క్కట శశి నిన్ను మెక్కియును గ్రక్కునఁ గ్రక్కె విషంబఁటంచుఁ ద
త్పటు జఠరాగ్ని నీఱయినఁ బాంధుల యుల్లము లుల్లసిల్లవే? 30

చ. తొడరి నినున్ హాలాహలముతోడనె క్రోలఁగడంగి, క్రూరుఁడై
వడి మధుసూదనోదరము వ్రచ్చినరీతి యురంబు వ్రచ్చి వె
ల్వడునను శంక శంకరుఁడు, వారిజవైరి! శిరంబునందుఁ దా
నిడికొనెఁగాక యంత భుజియించిన నింతులు వంతఁగాంతురే? 31

చ. నిజకిరణానల ప్రభల నీరజగంధుల నేర్చుచున్న నిన్
భుజగవిభూషణుండు శిఖఁబూని, వియన్నది చెంతనుంట దే
హ జనితతాపమార్చె; నహహా యటుగాక తపించెనేని యీ
త్రిజగము లుబ్బఁగా విషముతీరునఁ దాఁ గొనఁడే కృపీటజా! 32

చ. హరి పగలోర్వఁజాలక మహాబిలసీమ నిగూఢవృత్తిచేఁ
బరఁగుచునుండి, యాభువనబంధుఁడు కాలగతిం బయోనిధిం
జొరఁ గని చక్రసంతతులు స్రుక్కఁ జనం, గుముదాళి యుబ్బఁగాఁ
బరుమతఁబూని రాత్రిచర! పద్మినులం గలఁచంగ న్యాయమే? 33

గీ. అమృతకిరణుండ వగుటచే నమరు లమృత
పానకాలంబునం దనుపానముగను
పూర్ణమగు నీదుబింబంబు చూర్ణముగను
జేసికొనరైరి పాంథుల గాసి దొలఁగ. 34

సీ. సురగురుకామినీ సురతప్రియుఁడ వౌట
రామాపకృత్యాభిరతుఁడ వౌట,
కలిత మహాసితాంగసముజ్జ్వలుఁడ వౌట
చక్రసంత్రాసన చణుఁడ వౌట,
సర్వదా సురవర్గ సంరక్షణుఁడ వౌట
మానితసోమనామకుఁడ వౌట,
ననుపమానోగ్రశిఖావతంసుడ వౌట
సతతంబు బుధమనోహితుఁడ వౌట,

గీ. రాత్రిచర! నీకు రాత్రించరప్రభునకుఁ
దారతమ్యంబు గన నొకింతయును లేదు;
జీవులను బట్టి గిట్టి హింసించునప్పు
డధికమౌ నొక్క ప్రభుపదం బతనియందు. 35

క. మరునిం గూలఁగఁ జేసిన
హరు నిటలాంబకహుతాశనార్చులు చెంతం
జరియించుచున్న నిన్నుఁ గ
హరిణాంకా! కాల్పఁగానవాయెనె యకటా! 36

గీ. ధూర్జటికి నిన్న నాథవధూవధా వి
ధాన దోధూయమానమేధాధురీణుఁ
డని తెలిసి మౌళిఁ దాల్చిన యపయశంబు
విషమిషంబున గళమున వెలసెఁ జంద్ర! 37

గీ. అని యనేకవిధంబుల నంబుజారి
సారెసారెకు దూఱి వేసారి నారి
సారనారాచవారితభీరువార
ధీరతోదారుఁడగు మారుఁ గేరి పలికె. 38

మన్మథ దూషణము

గీ. ఘన సుపర్వకధర్మసంగతి నెసంగి
మహితసర్వజ్ఞశేఖరమైత్రిఁ గాంచి
యనఘసన్మార్గరాజద్విజాలిఁ గూడి
విప్రయోగుల నేఁచుట వెరవె మదన? 39

మ. మరుదాప్తుండవు మాకుమారుఁడవు సన్మాన్యుండ వీ వక్కటా!
సరసీజాసను కూర్మితమ్ముఁడయి హంసగ్లాని గావించుచున్
శరముల్ పూని ఘనుండవై పథికులన్ సాధించి వేధించుచున్
గురుభేదం బొనరింతు వెప్పు డిది నీకుం బాడిగా దాత్మజా! 40

మ. నిరతంబుం గమలారివైన శశితో నేస్తంబు గావించి, సో
దరుని న్మిత్రునిఁ దల్లిదండ్రుల మనస్తాపంబునం గుందు న
ట్లరవిందాస్త్ర! యొనర్చి దుర్ణయపరుండైనట్టి నీ వయ్యయో!
పరులన్ మన్ననచేయఁ జూతువె మదిం బల్మాఱుఁ బ్రార్థించినన్?

చ. ద్విజఫలదాయకుండయి నుతింగనె నీ సచివుండు, మామ థ
వ్యజనము లెన్నఁగాఁ గువలయప్రియుఁడయ్యెను, నీ రథంబు స
ద్భుజనముగాంచి ప్రాణులకుఁ బ్రాణముగాఁ దగెఁ, దద్గుణంబు కా
యజ! కనవైతి; దుర్మతుల కబ్బునె సజ్జనసాధుకృత్యముల్? 42

చ. హరునయనాగ్ని కోర్చి బడబానలసంగతిఁ గన్న యాసుధా
కిరణునితోడఁగూడి దవకీలి సహాయునిమైత్రి గాంచుటల్
నిరతము మూఁడులోకము లనేకులఁ గోలకుఁదెచ్చి సాధులౌ
విరహుల మానసాటవుల వేమరు నేర్చఁగఁగాదె మారకా! 43

చ. అరదముభూమి, యశ్వచయమాగమముల్, రథచక్రముల్ దివా
కరుఁడు సుధాకరుండు, ఘనకార్ముకరాజము మేరు, వంబుజో
దరుఁడు శరంబుగాఁ ద్రిపురదాహ మొనర్చిన యట్టి జెట్టితోఁ
గరకరిఁదాఁకి, తన్నెదురు గానక నీల్గవె నీవు దర్పకా! 44

సీ. రామాకులత్వ కారణములై వహ్నికీ
లంబుల మాడ్కి పల్లవము లుండ,
నంభోజలోచనాత్యంత సంత్రాసక
రంబులై తగు సరోజంబు లుండ,
జగతి సదా భీరుజన భయంకరములై
కాలరూపము దాల్చి కలువ లుండఁ,
గడఁగి మహాబలౌఘముల నేఁపఁగఁ జాలి
మొనలుచూపుచు మల్లెమొగ్గ లుండఁ,

గీ. దుంటతనమున నెఱుఁగక కంటు చేసి
తనకుఁ గొఱగానియట్టి గేదంగి రేకు
ముఖ్యముగఁ బూనె నను దోషమునను గాదె
మదన! ముక్కంటి నిను గంటి మంట నణఁచె. 45

ఉ. పావనమై తనర్చు హరుఫాల విలోచన వహ్నిఁ గ్రాఁగి, నీ
వీ విధి పుణ్యలోకఫలహీనుఁడవై, యశరీరివై వియో
గావళి నేఁచగాఁ గడఁగి తక్కటా! యొక్కట భూతవృత్తిచే
భావజ! నీదు పూర్వకృతపాప మదెట్టిదొ యెంచిచూడఁగన్? 46

మ. తలిరుంగైదువుజోద! నీవు పెనుభూతంబౌట నిక్కంబు, త
జ్ఞుల సన్మార్గుల సత్కళానిధుల వే సోఁకంగ మోహార్తి నా
కులులై దుష్క్రియలాచరించుటకు సాతుల్ మాన్యులౌ మౌనినా
థ లతాంగి గురుమానినీ రతిసముత్సాహేంద్రచంద్రు ల్గదా! 47

గీ. రాజయోగ్యంబు గాని యంభోజశర ము
ఖండసంపద గాంచని కార్ముకంబు
గొని యతనుత వియోగులఁ గూల్పఁ జేసె
నబ్జజుఁడు నిన్ను జతురాస్యుఁడగుట మదన! 48

క. అని తుంటవింటి జోదున్
మనమంటిన కంటు గదుర మగువ పలికె, వెం
టనె దూఱె సురభి శాలిన్
నునుగాలిన్ విరహిణీ మనోవన కీలిన్. 49

మలయమారుత దూషణము

శా. దాక్షిణ్యాచలసంస్థితిం గని, జగత్ప్రాణాభిధానుండవై,
సాక్షాద్విష్ణుపదోద్భవుండయి, శుచిష్టప్రక్రియాకారివై,
యక్షీణంబుగ ధర్మరాజుదెసఁ బ్రఖ్యాతుండవై యుండి, య
బ్జాక్షీలోకము శోకమందఁగను జేయన్ న్యాయమే మారుతా?

చ. సరసులకెల్ల భంగములు సల్పుచు, భవ్యతరుల్ చలింపఁగాఁ
దిరిగి, రజోగుణంబునను దేలి, పరాళుల మాయఁ జేయుచున్
వరసుమనస్సమాజముల వైభవమూడ్చి, దళంబులెత్తి యీ
కరణి ననాథలం గలఁచఁగా నగునా, తగునా? ప్రభంజనా! 51

ఆ. మహిత ధర్మగుణము మాని వేగముఁ బూని
భీరుజనుల కస్రపూర మూర
సారె దారుణచ్ఛదారవుఁ డవుటచే
మీఱె నాశుగత సమీర! నీకు. 52

చ. అతను విజృంభణాసముఁడవై తనరారియు నంజనాశ్రయ
స్థితి నుతికెక్కుచున్న వనసీమ విహారుఁడవయ్యుఁ గోణపా
లత గని శంబరోద్గమవిలాసుఁడ వౌటను నీకు వహ్నికిన్
మతిఁ గనవేరె? పాంథజనమారణకారణ మో సమీరణా! 53

చ. అని మనుగాలి దూఱి, మకరాంకవివర్ధిత తాపవహ్ని హె
చ్చినమది నొచ్చి, యచ్చెలియ చెందొవవిందు సిరిన్ హరించు మో
మున వసనాంచలం బిడి, తమోభర ముప్పతిలంగఁ గాకలీ
స్వనమున నేడ్చె నశ్రువులు చారుపయోధరసీమఁ జిందఁగన్. 54

గీ. అపుడు నెయ్యపుఁగత్తె లయ్యతివఁ జేరి
వనరుహేక్షణ నీకింత వంతయేల?
యిదిగొ మన శుకవాణి నేఁడెల్లిలోన
వచ్చు మేలగు ననుచు నూరార్చి రంత. 55

శుకవాణీ దౌత్యము

ఉ. ఆ శుకవాణి యానృపసుతాభిమతంబు ఘటింపఁగోరి య
త్యాశుగతిం గ్రమంబున మహాగిరి నిర్ఝరిణీ ఝరీ పురీ
దేశములెల్ల దాఁటి వనధిస్థలిఁ గాంచె నఘౌఘతారకన్
జేశలసౌధశోభి రజనీకరతారక ద్వారకం దగన్. 56

గీ. కాంచి, దైవవశంబునఁ గమలనాభు
పట్టి యుద్యానవనములోపల మెలంగ
నల్లనల్లన డాయంగ నరిగి, యుక్తి
కౌశలంబునఁ బలికె నా ఘనునితోడ. 57

క. మీ మామయైన రుక్మి మ
హీమండలపతికి శౌరికృప రుక్మవతీ
నామమునఁ బొడమె నొక క
న్యామణి ననవిల్తు నాఱవది తూపనఁగన్. 58

ఆ. పాదకాంతి కోడి పల్లవసందోహ
మధరమయ్యె, నాననాబ్జకళకు
జలజమోడి నాతిశయమయ్యె, నాసకుఁ
గనకమోడి యంత తనుత నొందె. 59

సీ. అబ్జసౌంటర్యంబు నధిగమించె నఁటంచు
నబ్జసౌందర్యంబు నధిగమించె,
మంజుప్రవాళసంపద హసించె నఁటంచు
మంజుప్రవాళసంపద హసించెఁ,
గాంచనశ్రీలచే గరిమగాంచె నఁటంచుఁ
గాంచనశ్రీలచే గరిమ గాంచె,
విషధరలీలచే వినుతిగాంచె నఁటంచు
విషధరలీలచే వినుతి గాంచె

గీ. రమణి ముఖశయ చరణాధర తను నాసి
కా రుచిరరోమరాజి సత్కుచభరములు
క్రమ మెలర్పఁగ జంటలై కలసిమెలసి
సదృశవృత్తిఁ జెలంగె నాశ్చర్యముగను. 60

ఆ. భామదృష్టితతికి భయమంది యతను శి
లీముఖములు శరధిలో మునింగె;
శరధులెల్ల నాతిజంఘల కళుకుచు
భూభృదింద్రపృష్ఠభూమి నొందె. 61

గీ. తారకలు నాతితో సఖిత్వంబుగోరి
వెస నఖస్థితి గాంచి, తా వెలయుచుండు
చంద్రుఁ డా సతి వదనాంబుజమున కళికి
ఘననఖస్థితి గాంచి తాఁ దనరుచుండు. 62

సీ. బాలోక్తి కదలి కాఁబోలు శుకంబు లా
రామపదంబున బ్రతుకుచెల్ల,
చెలి యారునకు భోగు లులికి కాఁబోలు నా
భోగవతీపదం బీఁగుచెల్ల,
అతివ కన్గవకు మీ లళికి కాఁబోలు నా
రాజీవపదలీల బ్రతుకుచెల్ల,
సతి కౌనునకు హరుల్ జడిసి కాఁబోలు నా
యనుదరీ పదమున మనుటలెల్ల,

ఆ. నాతివదనమునకు భీతిలి కాఁబోలు
శశి మహాబిలగతి సలుపుచెల్ల,
కలికి దంతములకుఁ దలఁకుచుఁ గాఁబోలు
ముత్తియములు ఘనుల హత్తుచెల్ల. 63

గీ. భ్రమరకాచ్ఛాదనమునకు పంకజంబు
రోసి కాంతాననంబయి భాసిలంగ,
భ్రమరకాచ్ఛాదనం బందుఁ బాయదయ్యె,
గురు సురభివస్తు వెచట నిగూఢ మగునె? 64

గీ. సంతతద్విజముఖబాధ సైఁపఁజాల
కవని బింబఫలంబు సాంకవసుగంధి
యధరమైనను దద్బాధ యణఁగదయ్యె,
నహహ ప్రాగ్జన్మకృత మేమి యనఁగవచ్చు? 65

చ. సరసుల కెల్ల జీవన మొసంగెడి ఖేచరు నన్ను నేలోకో
పరునిగఁ జూచె హంసతతి పల్కులు నంచు ఘనవ్రజంబు వి
స్ఫురదచలాగ్రయోగమున శోభిలి హంసకమైత్రి గాంచె నా
సురుచిర పాదమూలముల సోఁకెడు వేనలి యొప్పె బోటికిన్. 66

గీ. రమ్యరామైకశబ్దపర పికచయము
లలఘు పంచమశబ్దాప్తి నలరుచుండె;
రమ్యరామైకశబ్దపరత్వ మొంది
యలఘుపంచమశబ్దాప్తి నలరు టరుదె? 67

మ. ప్రమదామధ్యము కాంచి వాసమునఁ గార్శ్యంబొంది పంచానన
త్వముఁ జెందంగ, సహింపలేక కుచముల్ దాల్చెన్ గిరీశత్వ, మం
త ముఖాబ్జాతము పూనె నా మృగధరత్వం, బౌర! ధమ్మిల్లమున్
సుమనస్సంగతి నీలకంధరతఁ దా నొంపొందఁ గాంచెన్ వెసన్. 68

సీ. దోషాకరవిభూతి దూషించి సరసిజ
 ప్రియమార్గవర్తియై నయముఁ జెందె,
శ్రుత్యంతసంగతి స్ఫుటముగఁ జెలఁగి, ప
 రానందకరరూప మాత్మనిలిపి,
వరసుమనస్సారవాసన గాంచి, కాం
 చన తిరస్కారంబు దనరఁ జేసి,
యచలభావంబున నలరి, ముక్తాహార
 పరిచిత క్రమమునఁ బరిఢవిల్లి,

గీ. తరుణి ముఖనేత్రనాసికాగురుకుచంబు
లతను యోగానుబద్ధ విఖ్యాతిఁ దనర,
మధ్య మాజన్మపరమాణు మహిమఁ బరఁగి
విష్ణుపద మాక్రమించి తా వెలయు టరుదె? 69

గీ. ఇట్టి గుణముల నొప్పు న య్యిందువదన
నీదుభవ్యగుణంబులు నీనొబంగు
విన్న కతమునఁ గలలోనఁ గన్నకతన
మరులుకొనె నిన్ను నిఁక వేయు మాటలేల? 70

మ. త్రిజగన్మోహనరూపవై ఖరులచే దీపించు నాలేమ, యా
రజనీశానన, యామృగీనయన, యారాజత్ప్రవాళోష్ఠి, యా
గజకుంభస్తని, యామృణాళశయ, యాకాలాహిరోమాళి, యా
విజితస్ఫారమణీకళావిభవ, యుర్వీనాథ! నీకే తగున్. 71

క. అనిన స్విని ప్రద్యుమ్నుఁడు
వనితామణి యొసఁగు నానవాలుం గొనఁగా
ననవాలుగాదొర యంతటఁ
దనవాలుంగొనియె నతనిఁ దహతహపఱుపన్. 72

క. సుదతి యొసంగిన హారము
హృదయంగమమైన యపుడె నృపసుత మరుఁడున్
హృదయంగములై రరయఁగ
హృదయంగము లగుట యరుదె యిల గుణవంతుల్ ? 73

క. అరుదుగ రుచిరోరు పయో
ధరగళితంబయ్యె మహితధరణిభృ దుపకం
ఠ రుచిరమగు ముక్తామణి
శరధారబలెన్ దనర్చె సంతాపదమై. 74

క. ఈలీల రౌక్మిణేయుఁడు
బాలికపై రెద వహించి పరవశుఁడగుచున్
జాలిఁబడి యెట్టకేలకు
హేలన్ శుకవాణిఁ జూచి యిట్లని పలికెన్. 75

మ. తరుణీ! రుక్మవతీవధూటి ఘనసౌందర్యంబు న ౹శీల్యముం
గరమొప్పన్ వినిగ..ందుఁ గొంత మును, నిక్కంబయ్యె నీ విప్పు డీ
కరణిం దెల్పఁ దదాదిగా మనసు లగ్నంబయ్యె నప్పాటలా
ధరపై, నే సమయం బెఱింగి యట కుద్వాహోత్సుకై వచ్చెదన్. 76

గీ. అనుచుఁ బ్రద్యుమ్నుఁడు వచించి హర్ష మెసఁగఁ
బ్రియకుఁ దనరాగపుంజంబుఁ బెట్టి పంపు
లీల నిజ పద్మరాగాంగుళీయకంబు
మగువచేతికి నానవాలుగ నొసంగె. 77

శా. అంతం గృష్ణతనూజు వీడ్కొని తదీయంబైన రత్నోర్మికం
గాంతారత్నము కేలఁబూని, కడువేడ్కన్ రుక్మిరాట్పుత్రి శు
ద్ధాంతంబొయ్యనఁజొచ్చి, యాచెలికిహృద్యంబైనతద్వార్తయా
ద్యంతం బేర్పడఁజెప్పి ముద్రయొసఁగెన్ హర్షంబు సంధిల్లఁగన్.

గీ. అపుడు భాస్వత్ప్రియకర ముద్రాప్తిఁ జేసి
వితత మోహతమో నిమీలితము లైన
కన్నుదమ్ములు వికసింపఁ గంబుకంఠి
వేడు కలరఁగ శుకవాణితోడఁ బలికె. 79

చ. అరయ దురాపమైన లవణాంబుధియం దిరవొందు ద్వారకా
పురి కవలీల నేగి తలఁపుల్ ఘటియింపఁగఁ జేసినట్టి నీ
వరచతురత్వ మేమనఁగవచ్చు సఖీ! యిఁక నీఋణంబు నా
తర మె జనుశ్శతంబులను దాల్చియుఁ దీర్పఁగ, మాట లేటికిన్? 80

వ. అని యగ్గించి గాఢాలింగనంబు చేసిన సంతుష్టాంతరంగయై శుక
వాణి యయ్యలివేణి కిట్లనియె. 81

చంద్రాస్తమయ వర్ణనము

గీ. విష్ణుపదసేవనమునకు విముఖుఁ డగుచు
వారుణీసక్తిఁ జను రాజు చారుకీర్తి
యల్లనల్లనఁ దొలఁగెనో యన విపాండు
చంద్రికలు వీడఁ గ్రుంకె గజేంద్రగమన! 82

చ. అరుణ శిఖావతంసములమై తగు మా కుదయాస్తవేళలం
దరుణత చాల్చు నబ్జజ మురారుల మోచిన రాజహంస మ
య్యరుణ సహోదరుం డసములంచుఁ ద్రిరుక్తముగాఁగఁ జాటెనా
నరుణ శిఖండము ల్మొరసె నల్లదె యెల్లెడలం ద్రిభంగిగాన్. 83

సీ. చక్రవ్యాద్రోగోపశమన కాలక్షిప్త గ్ర
చిత రస భస్మరాశియొ యనంగ,
గగనసీమంతినీ కరపల్లవాగ్ర ము
క్తమ్లాన సుమ కందుకం బనంగఁ,
గాల్యవిప్రార్ఘ్యాంబుకణ వజ్రహతి దూర
పతిత మందేహ కపాల మనఁగ,
నమృతాన్న భోజనానంతర గీర్వాణ
పరివర్జితోచ్ఛిష్టపాత్ర మనఁగ,

గీ. ద్రుహిణుఁ డొక్కమ్మడిని బడఁద్రోచినట్టి
పుణ్యహీనోడుగణముల ప్రో వనంగ
నిందుబింబంబు సత్కళాహీనమగుచు
ధూసరచ్ఛాయ నపరాబ్ధి డాసె నబల! 84

చ. తమిని గళానిధిం గలిసి దర్పక కేళిఁ బెనంగినట్టి ద్యో
రమణి మెయిన్ జనించిన నిరంతర ఘర్మకణవ్రజంబు ల
ర్యమ మహనీయ కేతన పటాంచల జాత సమీరణాహతిం
గ్రమమున నారెనాఁగ నుడురాజి తొలంగెఁ గురంగలోచనా!

గీ. ప్రాజ్ఞ గేంద్రాధిరోహణ క్రాంత భాను
రథ తురంగ ముఖోన్నమ త్పృథుల ఫేన
ఖండమో యనఁ గలకంఠకంఠి! వేగుఁ
జుక్కపొడ మెను గంటె మినుకుకు రనుచు. 86

చ. అరుణతఁ జెందఁబూని యపు డంబురుహప్రభవుండు తద్వసూ
త్కరములనెల్లఁ గైకొనుచు దారను దా గిరవుంచఁ దత్కళా
భరవశతన్ విపాండురుచి ప్రస్ఫుటమయ్యె ననంగ మందిరాం
తరముల దీపికాతతులు నాతిరో వెల్వెలఁ బాఱెఁ జూచితే! 87

గీ. తిమిరధూమంబు విరియంగఁ గమలబాంధ
వాగ్ని ప్రజ్వరిలంగఁ గాలాగ్రజన్ముఁ
డడరి పాణింధమత సేయ నందుఁ బొడమె
ననఁగ నెసఁగెఁ బ్రభాతానిలాంకురములు. 88

గీ. నిన్న నపరానుషక్తుఁడై నేఁడు తన్నుఁ
జేరఁగావచ్చు నినుఁ గని యీరసమునఁ
బూర్వదిక్కాంత కనుఁగవ బూనుకెంప
నంగఁ దొలుసంజ గనుపట్టె నాతి కంటె! 89

గీ. ఇనకరగ్రహణంబు పద్మినికి భావి
సమయమునఁ గల్గుట కొనర్చు సాంద్రతూర్య
నిస్వనం బన నెల్లెడ నెరసెఁ గంటె
ఖగగరుద్భవ పటుపటాత్కార మబల! 90

గీ. పద్మినీసతి కాలజ్ఞ భవ్యసూక్తి
రమణు రాక యెఱింగి నేత్రములు దెఱచె
ననఁగఁ దమ్ములు వికసించె; ఘన తదీయ
దృక్ప్రసారము లన నెలదేఁటు లెగసె. 91

క. పతియెంత వారుణీ సం
గతుఁడైనం బరునిఁ జూడఁ గాదనుచుఁ గుము
ద్వతి కన్ను మోడ్చెనో యన
శతపత్రనిభాక్షి! కుముదసంతతి మొగిడెన్. 92

సూర్యోదయ వర్ణనము

సీ. ప్రథమ భూభృద్వరోపరిభాగ రాజిత
పద్మరాగమయాతపత్ర మనఁగ,
నందనోద్యాన వనస్థలీ సంజాత
గురుతరోజ్జ్వల జపాగుచ్ఛ మనఁగ,
సార నక్షత్రకాండ చర్వణోద్గతకాల
భోగి ఫణామణి పుంజ మనఁగఁ,
దిమిరదైత్యాపాయ దివిజేంద్ర రచితాఖి
చార హోమ జ్వలజ్జ్వలన మనఁగ,

గీ. శర్వరీసంపద హరింపఁ జరమ యామ
తస్కరుఁడు ప్రాగ్దిశాభిత్తిఁ ద్రవ్వినట్టి
కన్నమునఁ దోఁచు బ్రహ్మాండకాంతి యనఁగఁ
గమలబాంధవుఁ డుదయించెఁ గంటె చెలియ! 93

క. అని యీగతి శుకవాణి స
వినయంబుగ విన్నవింప విని రుక్మవతీ
వనిత యహర్ముఖకృత్యము
లొనరిచి ప్రియురాక గోరుచుండెను మదిలోన్. 94

ఆశ్వాసాంతము

శా. అంహఃకర్దమసూర్య! సూర్యభిమతార్థాధార! ధారామహో
రంహస్సన్నుతచక్ర! చక్రసతతత్రాసప్రదేంద్రద్విష
త్సంహారాసమశక్తి! శక్తిధరసూ తారాచల ద్యోధునీ
సింహశ్లోక నిశాంత! శాంత మునిరాట్చిత్తాబ్జ పుష్పంధయా! 95

క. స్వర్ణంతావళకరనిభ
దోర్దండ పటుప్రతాప ధూతారి! శర
ద్వార్ద ప్రతిమాంగ! రమా
ఖుర్దన లావణ్యమదన! ఘోటకవదనా! 96

స్రగ్విణి:

భానుకోటిద్యుతీ! భంజితైణ స్తుతీ!
భూనుతాచ్ఛాకృతీ! భూరిభూభృద్ధృతీ!
దీనరక్షామతీ! దివ్యభావోన్నతీ!
మౌనినాథస్తుతీ! మానితాలంకృతీ! 97

గద్యము

ఇది శ్రీ హయగ్రీవచరణారవిందమరంద నిరంతరాస్వాద సమాసాదిత
కవితాచాతుర్యధుర్య శ్రీమన్ముప్పిరాలవంశ పయఃపారావార
రాకాసుధాకర కేశవార్యపుత్ర సుచరిత్ర బుధజనవిధేయ
సుబ్బరాయప్రణీతంబైన ప్రద్యుమ్న చరిత్రంబను
మహాప్రబంధంబునందుఁ బంచమాశ్వాసము.

★

శ్రీరస్తు

ప్రద్యుమ్న చరిత్రము

షష్ఠాశ్వాసము

* * *

క. శ్రీ జలరాశిసుతావ
క్షోజ తట పటీరపంక సురుచిర వక్షో
రాజిత! హితసుఖకర ని
ర్వ్యాజ సువాక్చాతురీ! హయగ్రీవ! హరీ! 1

గీ. అవధరింపుము జనమేజయ క్షితీశుఁ
జూచి సాత్యవతేయ శిష్యుండు పలుకు
నంత రుక్మిక్షమాధినాయకుఁడు తనదు
కన్నియ మనోరథము చిన్న సన్న నెఱిఁగి. 2

రుక్మవతీ స్వయంవర వర్ణనము

క. మన మలరఁ దన్మనోరథ
మున కనుకూలముగ దేశములఁ జాటంగాఁ
బనిచె స్వయంవర మప్పుడు
ఘన తూర్య ధ్వనులు దెసలఁ గడలుకొనంగన్. 3

ఉ. ఆ రమణీస్వయంవర మహావిభవంబున కంగ వంగ కా
శ్మీర వరాట లాట శక సింధు యుగంధర ముఖ్య సర్వ గో
త్రారమణుల్ మతంగజ తురంగ శతాంగ భటాళితోడ దు
ర్వారవిభూతి వేగమున వచ్చిరి భోజకటంబు సేరఁగన్. 4

క. కృ తనూభవుఁ డంతట
వృ సమూహములు గొలువ వేడుకతో శ్రీ
కృష్ణానుమతిం గడు రో
చిష్ణుండై తత్పురంబుఁ జేరఁగ వచ్చెన్. 5

క. అంచితముగ నీగతి నరు
దెంచి నృపుల్ రుక్మినానతిన్ ఘనచంచ
త్కాంచనసంచయ నిర్మిత
మంచనమాసీను లైరి మానస మలరన్. 6

క. గురు ననుమతి రుక్మవతీ
తరుణీమణి కేలఁ బూలదండఁ గొని త్రపా
భర మెసఁగఁ దత్ప్రదేశము
కర మొప్పఁగఁ జేసె సకియ కై దండ యిడన్. 7

ఆ. మెఱుఁగుఁదీఁగవోలె మెఱయుచు నున్నట్టి
కాంతఁజూచి ధరణికాంతు లెల్లఁ
జిత్రలిఖితులైన చెలువున నిశ్చేష్టి
తాంగు లగుచు నున్న యవసరమున. 8

క. సకలధరిత్రీతల నా
యకులం గలయంగఁ జూచి యా రుక్మికుమా
రికి వేరువేర నల్లన
శుకవాణియుఁ జూపఁదొడఁగె శుభకరలీలన్. 9

ఉ. సంగరరంగసాగరనిషంగుఁ డభంగ మనోజ్ఞతానవా
నంగుఁడు సత్కృపాధృత రథాంగుఁడు కీర్తిజితాహిరాజ సా
రంగధరాబ్జ వాసవతురంగుఁడు తావక సత్కటాక్ష పా
ళిం గనుగొంచె యాతఁడు కళింగుఁడు భీతకురంగలోచనా! 10

మ. శరసంధాన ధనంజయుండు పటువాచా చాతురీధుర్యుఁ డు
ద్ధుర బాహా విలసత్కృపాణహత శత్రువ్రాతుఁ డత్యంత సుం
దరతా కాముఁడు బాంధవాప్తజన విద్వత్స్తోత్రపారాయణుం
డరుణస్ఫార పరాక్రముం డితఁడు పాండ్యక్ష్మావిభుం డంగనా!

చ. అతుల భుజాపరాక్రమ సమార్జిత కీర్తి విశాలుఁ డుల్లస
చ్ఛ్రుతమఖ వైభవాన్వితుఁడు సాంద్ర వితీర్ణ జలప్రవాహ పూ
రిత చతురర్ణవుం డనఘ వృత్త్యుదితాఖిల భూమిమండలుం
డతివ! కటాక్షదృష్టిఁ గను మాతఁడు సింధునృపాలుఁ డెన్నఁగన్.

ఉ. శాంతి దయాద్యనంత గుణజాల సమార్జితకీర్తిపూరితా
శాంతుఁడు రూపనిర్జిత జయంత వసంతుఁ డుదారతా సరి
త్కాంతుఁ డుదగ్రశాత్రవ నికాయ కృతాంతుఁడు భూరివాగ్జితా
నంతుఁడు కుంతలేశుఁ డదె హాయనమాత్ర కురంగలోచనా! 13

సీ. ఖలవ ద్విరోధి భూప శిరోధి రక్త రూ
షితకృపాణుఁ డితండు చేది నృపతి,
ప్రతిదిన కనకధారా వృష్ట్యవిత బుధ
చాతకుం డితఁడు పాంచాలరాజు,
తత సాంపరాయిక క్రతుయూప నిజ భుజా
దండుఁ డీతఁడు మత్స్యధరణి విభుఁడు,
బంధు సుహృన్మనః పంకేరుహాంభోజ
బాంధవుం డితఁ డంగపార్థివుండు,

గీ. మానినీ మన్మథుఁ డితండు మాగధుండు,
రసికశేఖరుఁ డితఁడు మద్రప్రభుండు,
హారిబలోదగ్రుఁ డీతఁ డంధ్రాధినేత
ధైర్యహేమాద్రి యీతఁడు ద్రవిడభర్త. 14

సీ. మృగధరబింబంబు నగు నెమ్మొగమువాఁడు
తమ్ములఁ దెగడు నేత్రములవాఁడు
శంఖసన్నిభమైన చారు కంఠమువాఁడు
కమనీయ పీన వక్షంబువాఁడు

మరకతస్తంభ శుంభద్భుజంబులవాఁడు
కంఠీరవావలగ్నంబు వాఁడు
హరినీలకాంతి సుందర శరీరమువాఁడు
కమనీయ మణిభూషణములవాఁడు

గీ. సుధ రసముఁ జిల్కు గంభీరసూక్తివాఁడు
సజ్జనస్తుతగుణ సమాజములవాఁడు
యాదవకులావతంసుఁడై యలరువాఁడు
తోయజాక్షిరో! కంటె ప్రద్యుమ్నుఁ డితఁడు. 15

చ. బలుఁడు మదోద్ధతాహిత నృపాలక జాలక వారిభృన్మహో
బలుఁడు నిరంతరోజ్జ్వల కృపాపరిపాలిత సర్వదేవతా
బలుఁడు జగత్త్రయీ వినుతిపాత్ర వయోరుచిరత్వ మోహితా
బలుఁడు మదద్విపాయుతనిభ స్వబలుం డితఁ డంబుజాననా! 16

రుక్మవతి ప్రద్యుమ్నుని వరియించుట

మ. అని ప్రద్యుమ్నునిఁ జూపినం గని మహాహర్షంబు సంధిల్లఁగా
జనపాలేంద్రతనూజ తా నిజవయస్యా హస్తదండావలం
బన మెప్పార విలసన్మణీ ఖచిత సోపానావళీ పద్ధతిం
గన దత్యున్నతమంచ మెక్కి యిడెఁ దత్కంఠంబునన్ దామమున్

గీ. అవ్విధంబున నవ్వికచాబ్జనయన
ప్రియమెసంగఁగఁ బ్రియు కంఠపీఠి నిడిన
దామమొప్పెను మదనుఁ డుద్దామలీల
నేయు సుమశర మాలికయో యనంగ. 18

క. వనితా లలామ లజ్జా
వనతాననయై వరాంఘ్రి వనజంబుల ని
ల్పిన దృష్టు లెసఁగె నపు డం
దొనరఁగఁ బూజించు మేచకోత్పలము లనన్. 19

క. వనజాక్షనందనుం డపు
డనిమేషస్థితి వహించి యా రుక్మవతీ
వనితాలలామ లావ
ణ్యానవీనామృతము ద్రావె నయనాంజలిచేఁ. 20

గీ. అంత సంతుష్టహృదయుఁడై యా విదర్భ
నేత పంచమహావాద్య నినద మెసఁగ
క్షోణిపతులెల్ల వెల్లనై చూచుచుండఁ
దనయ నల్లునిఁగొని నిశాంతమున కరిగె. 21

వ. తదనంతరం బవ్వసుంధరారమణుండు హిత పురోహిత సామంతా
మాత్య దండనాథ పరివృతుండై యాస్థానమంటపంబునఁ
బేరోలగంబుండి, మౌహూర్తికుల రావించి తాంబూల జాంబూన
దాంబ రాభరణ స్రక్చందనాదుల సంతుష్టులం జేసి, రుక్మవతీ
ప్రద్యుమ్నుల వివాహం బొనరింప నొక్క సుముహూర్తంబు
నిశ్చయింపుఁ డనిన వల్లెయని వారును జంద్ర తారాబలయుక్తం
బుగా నొక్క శుభలగ్నంబు విచారించి విన్నవించుటయుఁ, దత్పరి
ణయ మహోత్సవంబునకు రుక్మిణీ శ్రీకృష్ణుల రావింపం దలంచి
ద్వారకాపురంబునకుం దగువారలం బనుచుచు. 22

రుక్మిణీ శ్రీకృష్ణులు భోజపురికిఁ దరలివచ్చుట

సీ. "శ్రీమదనంత విశేషగుణాఢ్యుఁడై
దీపించు శ్రీకృష్ణదేవునకును
మేనమఱంది రుక్మి నమస్కృతులుచేసి
వేడ్కచేయంగల విన్నపంబు
లిక్కడ శుభము, మీ యొక్క సంతోషంబు
వ్రాయించి పంపఁగావలయు మాకుఁ,
దరువాత నాముద్దుతనయ యైనట్టి రు
క్మవతిఁ బ్రద్యుమ్నకుమారకునకు

గీ. పరిణయము సేయ శుభలగ్న మరసియున్న
వార మిచటికి సహపరివారు లగుచుఁ
ద్వరితముగ రుక్మిణియు మీరు తరలివచ్చి
పొసఁగ నిక్కార్యము ఘటించి పోవవలయు." 23

గీ. అనుచు శుభలేఖఁ బనిచినఁ గని మురాసు
రాంతకుఁడు సంతసముఁ జెంది యావిధంబు
దేవకీదేవికిని వసుదేవునకును
రుక్మిణీముఖ్యలగు సుందరులకుఁ దెలిపి. 24

క. తనపట్టి పెండిలిం గనుఁ
గొనఁ దలఁచి మురాంతకుండు గురునిజ జనయి
త్రిని మహిషీజనముల వా
హనయుక్తులఁ జేసి తాఁ బ్రయాణోన్ముఖుఁడై. 25

వ. కాంచననిర్మితంబును, రత్నపాంచాలికాలంకృతంబును, కమనీయ
వైడూర్య మణి కూబరంబును, శతకోటి ఘంటికా కలితంబును,
షోడశ చక్రాన్వితంబును, గరుడ కేతన మండితంబును, సైన్య
సుగ్రీవ మేఘపుష్ప వలాహక రథ్యంబును నగు రథం బెక్కి,
మాతంగ తురంగ శతాంగ భటవర్గంబు గొలువ, బంధు మిత్ర
సహితుండై, వంది మాగధ జనంబు పొగడ, వేత్రహస్తులు బరా
బరులు సేయ, శంఖ కాహళ మృదంగ భేరీ ప్రముఖ రవంబులున
నాసీర కోలాహలంబులును భూనభోంతరాళంబు నిండఁ గతిపయ
ప్రయాణంబుల భోజకటకపురంబుఁ జేరవచ్చుచుండె నంత రుక్మ
క్షితీశ్వరుండు తత్పురంబు గైసేయుటకుఁ దగువారిం బనిచిన. 26

సీ. వీథివీథులు నతి విశదంబులుగఁ జేసి
చిక్కఁగాఁ బన్నీరు చిలుకరించి,
ఘుగఘుగ వాసించు మృగమదంబునఁ దిన్నె
లలికి ముత్యపుమ్రుగ్గు లమరఁ దీర్చి,
ఫలమిశ్రదంభాతరులు వాకిళుల నిల్పి
రమణీయ మణితోరణములు గట్టి,
కాయమానములు శృంగాటకంబులఁ బన్ని
మేలైనమేల్కట్లు కీలుకొలిపి,
గీ. యగరుధూపంబు లెల్లెడ నిగుడఁ జేసి
యసదృశశ్రీలఁ దగు టెక్కియమ్ము లెత్తి,
పణవ మర్దల భేరికా పటహ వల్ల
కీ ప్రముఖవాద్యములు చెలఁగించి రంత. 27

క. చారులు కృష్ణుం డిదె పురిఁ
జేరఁగ వచ్చెనని తెలుప శీఘ్రంబుగ నా
భూరమణుఁడు భేరీభాం
కార రవం బెసఁగ నాప్తగణ పరివృతుఁడై. 28

క. ఎదురేగి కంసవైరికి
ముద మెసఁగఁగ నర్ఘ్యపాద్యముఖ విధులఁ బ్రియం
బొదవించి కుశల మారసి
సదనమునకుఁ దోడితెచ్చె సంభ్రమ మొప్పన్. 29

గీ. అంతఁ బ్రద్యుమ్నుఁ డరుదెంచి యధికభక్తి
యుక్తిఁ దలిదండ్రులకు మ్రొక్కి యుచితవృత్తి
నిలువఁ గని వారు హర్ష సంకలితు లగుచు
నక్కునను జేర్చి దీవించి రాదరమున. 30

క. తదనంతరంబ వేడుక
గదుర విదర్భాధినేత కంజదళాక్షున్
సదమలమణిమయ మగు నొక
సదనంబున విడియఁ బనిచె స్వజనము తోడన్. 31

గీ. అంత రుక్మిసుతా వివాహప్రయత్న
జాగరూకత తెలిసి యజ్ఞాతనయనుఁ
డానతి యొసంగఁ జెలులు తత్సూనునకును
గడుఁ బ్రియంబున శిరమంటఁ గడఁగి రపుడు. 32

ప్రద్యుమ్నునిఁ బెండ్లికొడుకుం జేయుట

చ. పడఁతియొకర్త యక్షతలు ఫాలమునం దిడి నిండువేడుకన్
నడుమసియాడ హారములు నాట్యముసల్పఁగ నొయ్యనొయ్యఁ గ్రొ
మ్ముడి సడలంగ జెమ్మటలు మోమునఁ గ్రమ్మఁగఁ గంకణావళుల్
కడువడి మ్రోయ స్నేహమునఁ గార్ష్ణికిఁ దాఁ దలయంటె వేడుకన్.

గీ. చికిలి నునుగోళ్ళఁ గచముల చిక్కువాపి
ముడికిఁ దారిచె వేరొక్క ముద్దుగుమ్మ
మించు పాటీరపంకంబు మేన నలఁది
నలుఁగిడియె నొక్క మేచకోత్పలదళాక్షి. 34

క. పైదలి యొకర్తు దంతపుఁ
బాదుక లంఘ్రుల నమర్చెఁ బ్రమదం బెసఁగం,
గైదండ యొసఁగె రతిరా
మాదయితున కొక్క లేమ మజ్జనశాలన్. 35

ఉ. సామజయాన యోర్తు మురసంహరుపట్టి శిరంబునందు గం
ధామలకంబు వెట్టి ప్రియమారఁగ గొజ్జఁగినీరు చిల్కఁగాఁ
గోమలి యోర్తు హేమమయకుంభ హితోష్ణ జలంబులం దను
(శ్రీ) మెఱయంగ స్నానమొనరించి వెసం దడియొత్తెఁ జేలచేన్.

సీ. కలికి యొక్కర్తు దువ్వలువ గట్టఁగ నిచ్చెఁ
జెలి యోర్తు కస్తూరితిలక మునిచెఁ
దన్వి యొక్కతె పుష్పదామంబు లర్పించె
సతి యోర్తు రత్నభూషణము లిడియెఁ
బడఁతి యొక్కతె కలపంబు మేన నలందె
సుదతీమణి యొకర్తు సురటి విసరె
నెలఁత యొక్కతె మ్రోల నిల్వుటద్దము నిల్పెఁ
గాంత యొక్కతె బాసికంబు గట్టె

గీ. నాతి యొక్కతె నీరాజనం బొసంగె
సుందరి యొకర్తు విడెము చేనందియిచ్చె
నిందుబింబ సమానన లీ విధమున
శ్రీధరాత్మజునకుఁ గయిసేసి రంత. 37

రుక్మవతిని బెండ్లికూతుం జేయుట

క. యువతీరత్నము లారు
క్మవతీసతిఁ జేరి తత్సమయమున మాంగ
ళ్యవిధులు సేయఁ గడంగిరి
వివిధ మహావాద్యరవము విన్నుఁ బగుల్పన్. 38

గీ. అంగనలు గౌరికళ్యాణ మనుచు నుడువు
పాటలకు హస్తకంకణ ప్రచురనిస్వ
నంబు లప్పుడు తాళమానములు గాఁగ
రమణి యొక్కతె శిరమంటె రాజసుతకు. 39

క. అటకలి యిడె నంతట నొక
కుటిలాలక రుక్మవతికిఁ గొమ్మ యొకతె యు
త్కట హర్ష మెసఁగఁ గాంచన
ఘటజలముల మజ్జనంబు గావించె వెసన్. 40

సీ. ధౌతాంబరంబునఁ దడియొత్తె నొకయింతి
అలనయొక్కతె దుకూలంబుఁ గట్టె
మేలఁతయొక్కర్తు ధమ్మిల్లంబు సవరించె
వెలఁది యొకర్తు క్రొవ్విరులు ముడిచె
ముదిత యొక్కతె ఫాలమునఁ దిలకంబిడెఁ
గొమ్మయొక్కతె కజ్జలమ్ము తీర్చెఁ
దనువునఁ జందనం బెనయించె నొకలేమ
పత్రరేఖ లమర్చెఁ బడఁతి యొకతె

గీ. హార కుండల కటక కేయూర మేఖ
లాంగుళీయక నూపురాద్యఖిల భూష
ణములు గీలించె నొక్కకన్యాలలామ
రుచిర లావణ్యవతికి నా రుక్మవతికి. 41

గీ. అంత లగ్నంబు డగ్గఱె ననుచు గర్గ
ముఖ తపోధను లెఱింగింప ముదముతోడ
వృష్ణికులశేఖరుండైన కృష్ణమూర్తి
క్రంత నడపించి హితులతో నడచునపుడు. 42

ఉ. ఆనకదుందుభిధ్వను లజాండకటాహము నిండ రుక్మిణీ
మానవతీమణీ ప్రియ కుమారుఁడు రోహణశైలసన్నిభం
బై, నవరత్నమండనసమంచితమై శుభలక్షణాన్వితం
బైన గజేంద్రమెక్కె నుదయాచలమెక్కు దినేశు చాడ్పునన్. 43

వ. ఇట్లు ప్రద్యుమ్నకుమారుండు భద్రగజారోహణంబు చేసి, జననీ
జనక సామంతామాత్య పురోహిత బంధు మిత్ర సహితుండై, కర
దీపికాసహస్రంబులు వెలుంగ, పాఠకపఠన రవంబులును, పుణ్యాం
గనా గీతికానిస్వనంబులును, సందర్శనోత్సుక ప్రతిపదర్శినీజన

కోలాహలంబులును, శంఖకాహళ భేరీమృదంగాది తూర్యవాద్యనినాదంబులును వినుచు, వారమత్తకాశినీ నృత్తంబులు గనుంగొనుచు, మందగమనంబున రుక్మిమహీపాలు మందిరంబుఁ బ్రవేశించి, కక్ష్యాంతరంబులు గడచి, పచేళిమ భిదేళిమ ఫలభార నమ్రరంభా స్తంభోపశోభితంబును, ముక్తాదామ బద్ధ విమల పట్టాంబరావితాన సుందరంబును, గుంకుమ చందన కస్తూరికాపంక విలేపన భాసురంబును, సారఘనసారచిత్రిత రంగవల్లికా సముల్లసితంబును, పద్మరాగ మణిదీపికానికర విరాజమానంబును, కృష్ణాగరు ధూపధూపితంబును, నారికేళ ఖర్జూర పూగీఫల నాగవల్లీదళ గంధ పుష్ప లాజాక్షత కుశ దూర్వాంకురాద్యఖిలవస్తుసంస్తవనీయంబును, స్వర్ణపాలికా శరావ కలశ సమంచితంబును నగు కల్యాణ రంగంబుఁ జేర నరిగె నంతట. 44

రుక్మవతీప్రద్యుమ్నుల వివాహమహోత్సవము

గీ. అఖిలభూషణ భూషిత యగుచు మెఱుఁగుఁ
దీఁగ యన నొప్పు రుక్మవతీ వధూటి
మోద మెసఁగంగఁ గళ్యాణవేది కడకు
వనరుహాక్షులు తోడ్కొని వచ్చి రపుడు. 45

సీ. ఆ కృష్ణనందనుం డభినవ మణిమయం
బైన పీఠమున నాసీనుఁ డగుచు
గర్గాదిమౌని నికాయోపదిష్ట మా
ర్గంబున రుక్మి భూకాంతుఁ డపుడు
తనకు విధ్యుక్తంబుగ నొసంగు మధుపర్క
ముఖ్యోపచారముల్ మున్ను గొనుచు
సంతోష మలరంగ సలిలధారాపరి
గ్రహ మొనరించి యుత్కంఠ దనర

గీ. నైదువలు గౌరికళ్యాణ మనుచుఁ బాడఁ
దెరమఱుంగునఁ గ్రొమ్మించుఁదీఁగ వోలెఁ
దేజరిల్లెడి రుక్మవతీ వధూటిఁ
జేరగా వచ్చె హరి సిరిఁ జేరు కరణి. 46

వ. అంత. 47

గీ. ఒండొరులఁ గాంచు కోరికల్ మెండుకొనఁగ
నా సతీపతు లలరి రయ్యవసరమున
గర్గ కౌశికముఖ మునిగణము లగ్న
మొసఁగఁ దెరయెత్తి రౌక్మిణేయుండు మఱియు. 48

గీ. రమణి శిరమున నధికహర్షంబుతోడ
నిడిన తలఁబ్రాలు దిగఁజాఱి పుడమిఁదొరఁగి
ఘన ఘనాఘనమాలికా గళితలలిత
వితతముక్తాతతు లనంగ నతిశయిల్లె. 49

క. చెలి యిడిన ముత్తియంబుల
తలఁబ్రాలు రతీశు మకుట తటమునఁ గరమిం
పలరె సువర్ణ నగోపరి
తలవిలసిత తారకావితానము లనఁగన్. 50

ఉ. సర్వధరామరోత్తములు సంయమిముఖ్యులు శ్రుత్యుదీరితా
శీర్వచనంబు లీయ సరసీజముఖీ శుభగానముల్ బయల్
పర్వ విదర్భరాజసుత భవ్యగళంబునఁ గట్టె సత్కళా
ధూర్వహుఁ డాయదూద్వహసుతుం డొగిమంగళసూత్రమత్తఱిన్.

క. ఘనచక్రహితంబై తగు
నినకరసంయుక్తి వనరుహేక్షణ యతిశో
భనకాంతి సమన్వితయై
తనరెం జూపఱకుఁ గడుముదం బెసఁగంగన్. 52

వ. తదనంతరంబ గురువృద్ధజన పురస్సరంబుగా శోభన వితర్ది కడకుం
జనుదెంచి యవ్వధూవరులు పెండ్లిపీటపయిం గూర్చుండి యథో
చితప్రకారంబుగా హోమాది కృత్యంబులు నిర్వర్తించు
నవసరంబున. 53

ఉ. ఒండొరులం గనుంగొనఁగ నుల్లములం దలఁపుల్ ఘటిల్ల వే
రొండు నెపంబులన్ మొగము లొయ్యన నెత్తుచుఁ గన్నుదోయికిం
బండువగాఁగఁ జూచుచుఁ ద్రపాభర మొప్పఁగ నుత్తమాంగముల్
కొండొక వాంచుచున్ మరుని కోలల గాసిలుచుండి రయ్యెడన్. 54

గీ. దంపతులు వేడ్క నగ్నిప్రదక్షిణం బొ
నర్చి, సప్తమునీంద్రవందన మరుంధ
తీసతీ దర్శనంబును జేసి, గురు బు
ధార్య పాదాభివందన మాచరించి. 55

సీ. ప్రాజ్యవాంఛితము దీర్పఁగఁజాలవే నీవు;
ప్రాజ్యవాంఛితము దీర్పఁగ నదెంత?
దాఁపక పాలిండ్లుచూప వే గైకొందు;
దాఁపక పాలిండ్లు చూపఁదగునె?
చనవుగల్గఁగఁ బండుకొనఁ బిల్చితిని గదె;
చనవు గల్గినఁ బండుకొనఁ బిలుతురె?
యడిగిన ముద్దైన నిడవు నాయం బఁటె?
యడిగిన ముద్దైన నిడుట గలదె?

గీ. యనుచు వడ్డించు నతివల నతుల చతుర
సూక్తి నుడువుచు వారు ప్రత్యుత్తరంబు
లొసఁగ నలరెడి హితులతోఁ బొసఁగఁగూడి
బువ్వము భుజించి రపు డా విభుండు సతియు. 56

వ. ఇవ్విధంబునఁ బ్రద్యుమ్నునకు వివాహంబుగావించి భీష్మకభూపా
లక నందనుం డుద్వాహమహోత్సవంబునకై వచ్చిన రుక్మిణీ
కృష్ణులకు, బలదేవాది బంధువర్గంబునకు, సకలవిద్వత్కవిగాయక
యాచకాదిజనంబుల కనేక మణిమయాభరణాంబరాదు లొసంగి
సంతుష్టాంతరంగులం జేసి, మత్తమాతంగ తురంగ శతాంగ శిబి
కాందోళికాతపత్ర చామరానేక భట దాసదాసీజనంబులను, గో
భూ హిరణ్య మణి గణాంబ రాభరణా ద్యఖిల వస్తు కదంబంబు
అల్లునకు హరణంబుగా సమర్పించి, ముద్దుకూతుం జేరఁ బిలిచి
నెయ్యంబుమీఱఁ దియ్యని పల్కుల నిట్లనియె. 57

క. “తల్లికిఁ దండ్రికి బంధుల
కుల్లము రంజిల్ల నిజకులోచితధర్మం
బెల్లను దప్పక మెలఁగుము
తల్లీ! సన్మానినీ వితాన మతల్లీ! 58

చ. సకల చరాచరావన విచక్షణుఁడై తగు శౌరి మామ, భ
వ్య కరకటాక్షలబ్ధ విభవాఖిలదేవత లక్ష్మి యత్త, ద
ర్పకరుచిరావతారుఁడయి రంజిలు కార్ష్ణి విభుండు, తావకా
ధికతమ భాగ్య మన్య యువతీ తతికిం గలుగంగ నేర్చునే? 59

క. హరికి సిరి, పుర విరోధికి
గిరిసుత, నలువకును వాణి, గీర్వాణాధీ
శ్వరునకు శచివలెఁ బ్రాణే
శ్వరునకు మనమెసఁగఁ బూజ సల్పుము తన్వీ!” 60

క. అని పలుక బాష్పపూరము
చనుకట్టుపయిం దొరంగ జలజాక్షి నతా
ననయై యుండఁగఁ గని యి
ట్లనియెం దజ్జనని సాదరాలాపములన్. 61

ఉ. "అమ్మ! విచారమొందవలదమ్మ! ప్రియమ్ముగ మామ కత్తకున్
సమ్మతిగాఁ జరించి, యనిశమ్ము నయమ్ము భయమ్ము కల్గి, దై
వమ్ముగఁ బ్రాణనాథుని ధ్రువమ్ముగ నెమ్మది నమ్ముమమ్మ! వం
శమ్మునకున్ ఘనమ్మగు యశమ్ము ఘటింపఁ గదమ్మ! యిమ్ముగన్.

చ. పతిహితవృత్తియై మెలఁగు భామిని భామిని, సర్వలోక స
మ్మతి సుగుణస్థితిం దనరు మానిని మానిని, భవ్యలక్షణాం
చితయయి సన్నుతిం గనిన చేడియ చేడియ, సంతత త్రపా
యుతమతిఁ గీర్తిఁ గైకొనిన యుగ్మలి యుగ్మలి యెంచిచూడఁగన్.

క. కావున నణఁకువ గల్గియు
నీ విమల యశస్సమృద్ధి నిఖిల జగంబుల్
వే వితముల నుతిసేయం
గా వన్నియ కెక్క నెగడఁ గదె మా యమ్మా!" 64

గీ. అని యనేక విధంబుల జనని తనయ
నూరడిలఁ బల్కుచున్నంత గారవమునఁ
దండ్రి యక్కునఁ జేర్చి సద్రత్నభూష
ణాంబరాదు లొసంగి యయ్యతివ ననిచె. 65

ద్వారకా ప్రత్యాగమనము

క. అంతం గాంతయుఁ దాను దు
రంత ప్రియమెసఁగఁ గార్ష్ణి రథమెక్కి ప్రలం
బాంతక జననీ జనక
స్వాంతము లలరించుచున్ స్వసైన్యయుతుండై. 66

క. పృథుతూర్యరవము ద్యావా
పృథివీభేదన మొనర్పఁ బెంపైన మనో
రథమున వచ్చెన్ సుర లవి
తథసూక్తి దివిన్ నుతింప ద్వారావతికిన్. 67

చ. అరుదుగ నిట్లగణ్య విభవాన్వితులై యరుదెంచు నవ్వధూ
వరులఁ గనం దలంచి పురవారిజలోచన లేగుదెంచి ని
ల్చిరి రమణీయ సౌధముల చిత్ర శిరోగృహసీమలన్, విభా
స్వర వరణాగ్రభూముల, హజారములం ఘన గోపురంబులన్. 68

గీ. అపుడు రుక్మవతీ రతీ శావలోక
నాతి తత్పర తత్పురాజ్ఞాతలోచ
నాళిదృక్పాతములు సపర్యార్థ తత్స
మర్పితేందీవరము లన నతిశయిల్లె. 69

క. రామామణు లా సీతా
రామాభినవ ప్రభాభిరామాకృతు లా
రా మగువ మగలఁ గని గా
రామలరఁగ ననిరి వెఱఁగు రా మధురతకున్. 70

క. వెలసెం బ్రద్యుమ్నస్థితి
నలఘు రుచిర మణి తదాప్తి నా ప్రద్యుమ్నో
జ్జ్వలతయు 'మణినావలయం
వలయేన మణి' యనుమాట వమ్మగునె భువిన్? 71

సీ. ఏ నోము నోఁచెనో యీ సతి యీ రాజ
శేఖరు విభునిగాఁ జేసికొనియె;
నే సుకృతంబులు చేసెనో యీశ్యామ
యీ కళానిధితోడ నెనసి వెలసె;
నే తప మందెనో యీపద్మిని సుఖాక
రంబైన యీ యినుప్రాపు గనియె;
నే వ్రతదీక్ష వహించెనో యీమంజు
వాణి యీచతురాస్య రాణి యయ్యె

గీ. ననుచుఁ బురకాంత లత్యంత హర్ష మెసఁగ
నొండొరులతోడఁ బల్కుచు నుండ నవ్వి
భుం డఖండ విభూతి సంపూర్ణమైన
నిజగృహంబుఁ బ్రవేశించె నెలఁతతోడ. 72

గీ. ఇట్లు గృహముఁ బ్రవేశించి యిష్టభోగ
సక్తుఁడై యుండి గురువృద్ధశాసనమున
నొక్కదినమునఁ దమి సుముహూర్తమునను
గార్ష్ణి రుక్మవతీసతిఁ గవయఁ దలఁచి. 73

వ. కనత్కనకమయభిత్తి ఖచితమణిదర్పణనిచయంబును, రమణీయముక్తామాలికావిరాజితవితానంబును, మృగమద ఘనసార సంకుమద చందనాది సువస్తువాసనా ఘుమఘుమాయమానంబును, కాలాగరుధూపధూపితంబును, నూత్నదీపికాజ్వాలికా మాలికాశోభితంబును, సకలకళారహస్యావిష్కరణచణమంజుపంజరరంజితశారికాకీరికా రుచిరంబును నగు కేళికాగృహంబునందు హంసతూలికాతల్పంబున నున్న యవసరంబున.

గీ. ప్రచురశోభాసమాన చిరత్న రత్న
చిత్రభూషావిభూషితఁ జేసి రుక్మ
వతిని నెచ్చెలు లొయ్యన వరునికడకుఁ
దోడికొనివచ్చి రధిక సంతోషమునను. 75

క. వెనుక కపత్రప తివియఁగ
మునుకొని తమకమును జెలులు ముందఱ కీడ్వన్
వనిత చనుదెంచెఁ బ్రియు భుజ
మునకుఁ గరిణి కట్టు గంబమునకుం బోలెన్. 76

క. ఈలీల నవ్విలాసిని
యాళీజనతా సహాయ యగుచున్ బలభి
న్నీల స్తంభము చాటున
హేలాగతి వచ్చి నిలిచె హ్రీ నతముఖియై. 77

క. తెఱవలు మెల్లన నచ్చెలి
మొఱఁగి విభుం గన్నుగిఱిపి మోదముతో నం
దఱు నొండు నెపంబున న
త్తఱి నరిగిన భీతినొంది తరుణియు నంతన్. 78

గీ. కాంత శశికాంత కుట్టిమకాంతితోడ
నాత్మలోచనరుచులు సయ్యాటలాడ
మరుని కలనికిఁ గాల్ద్రివ్వుమాడ్కి బొటన
వ్రేల నేల వ్రాయుచు నిల్చె విభునిమ్రోల. 79

క. స్తంభప్రతిబింబిత నిజ
శుంభత్తనువాశి గాఁగఁ జూచి పలుక నా
రంభించి గ్గామిచను నా
రంభోరువు కేలు కార్ష్ణి గ్రక్కునఁ బట్టెన్. 80

క. మెల్లన శయ్యకుఁ దారిచి
యుల్లము రంజిల్ల నమ్మహోత్పలనయనన్
వల్లభుఁ డక్కునఁ జేరిచి
కొల్లలుగా మానధనము గొనియెన్ వేగన్. 81

సీ. తొలుదొల్తఁ గడఁగి కుంతలదేశము గ్రహించి
చెలఁగి మంజుల లాటసీమఁ జెందె;
నతివేగ మధురాధరాప్తిఁ జెన్నొందుచుఁ
దమి బహ్లుల కుచదుర్గములు గొనియెఁ;
దివిరి మెల్లన వత్సదేశంబుఁ బ్రాపించి
సిరుల నీనెడు మధ్యసీమఁ జేరెఁ;
గాంచనశ్రీమించు కాంచీస్థలం బంది
యచ్చటి యూరుల నాక్రమించె

గీ. నచ్యుత తనూజుఁ డిట్లు మహాబలంబు
క్షర,మరుదు గాఁగ నతను సంగరము నెఱపి
మెఱసి యఖిలాంగరాజ్య సమృద్ధి గాంచె
నౌర! తద్భాగ్యగరిమ నేమనఁగవచ్చు? 82

క. ఈరీతి శౌరితనయుఁడు
నారీతిలకంబుఁ గూడి నవమణిసౌధా
గారముల నిష్టభోగ వి
హారంబులఁ దేలుచుండె హర్షం బెసఁగన్. 83

క. అని యాగతి వైశంపా
యనముని ప్రద్యుమ్నచరిత మాద్యంతంబున్
వినిపింపఁగ జనమేజయ
జనపాలకుఁ డలరె నధిక సంతోషమునన్. 84

ఆశ్వాసాంతము

శా. శ్రీశ్రీహృత్కమలప్రభాకర! కరాసిచ్ఛేదితామిత్ర! మి
త్ర శ్రీకృద్గుణజాల! జాలపదగంధర్వ క్షమాభృద్విప
త శ్రీదాత్తభుజంగభుగ్ఘన! ఘనస్వాంతర్ష్యభీష్టావళీ
విశ్రాణాప్రతిమాన! మానధన సద్విద్వత్కవీంద్రావనా! 85

క. నిస్తుల పరాక్రమక్రమ!
దుస్తర దుష్టోరగాహితుండిక! దివిష
న్మస్తక కిరీటకోటి
న్యస్త మణి విరాజితాంఘ్రినాళీకయుగా! 86

పృథ్వీ:
అగాహిత తనూనపాచ్ఛమన యాతుధానాంబు రా
జ గంధవహ యక్షరాట్తుహినశైలకన్యాధిభూ
దిగీశ్వర పితామహాద్య నుత దివ్యచారిత్ర వే
ట్యగణ్య నిజసద్బల స్థగితకాండ! వాహీనసా! 87

గద్యము

ఇది శ్రీ హయగ్రీవ చరణారవిందమరంద నిరంతరాస్వాద సమాసాదిత
కవితా చాతుర్యధుర్య శ్రీ మన్నుప్పిరాల వంశ పయఃపారావార
రాకాసుధాకర కేశవార్యపుత్ర సుచరిత్ర బుధజనవిధేయ
సుబ్బరాయ ప్రణీతం బైన ప్రద్యుమ్న చరిత్రం బను మహా
ప్రబంధంబునందు సర్వంబును షష్ఠాశ్వాసము.

★

లఘు వ్యాఖ్య

ప్రథమాశ్వాసము

1. పద్యము: ఈ పద్యము మూలప్రతిలో కవి యిష్టదైవతమగు హయగ్రీవుని స్తుతికి మున్ను విడిగ లిఖింపబడియున్నది. ఇది గ్రంథభాగములోనిది కాకున్నను కవివర్యుని యాత్మవిశ్వాసమును చాటుచుండుటచే నిట్లు కావ్యారంభమున 'ఆశంస' పేర కూర్పబడినది.
పాకహా + అనోకహుఁడు = ఇంద్ర వృక్షమైనవాడు. దేవ తరువగు కల్పవృక్షమున కింద్రుడే అధిపతియౌట అట్లు చెప్పబడినది.

2. అంబుజము = శంఖము.
నాల్గవపాదమున 'తురంగముఖాఖ్య హరిన్' అని ద్వితీయా విభక్త్యన్వయము కుదురునట్లు వ్యస్తముగనే యుండిన బాగుండెడిది.

3. వక్షస్థలిన్ — ఉచ్చారణ ధర్మము ననుసరించి పెక్కుచోట్ల ఇట్లే సకార ద్విత్వము పాటింపలేదు. చూ: II–98.

5. సాభిప్రాయ విశేషణ ప్రయోగములయెడ సుబ్బరాయకవికిగల మక్కువకు ఈ పద్యమొక నిదర్శనము.

8. వినాయకునందు ఘనత (మేఘత్వము) నారోపించుటలో శ్లేష చక్కగా నుపయుక్తమైనది. ఈ కవి రామరాజభూషణునివలె నిట్టిచోట్ల శ్లేషాలంకారమునే యాశ్రయించినాడు.
గిరిభువు = పార్వతి, నది. పుష్కరము = ఏనుగు తొండము చివరిభాగము, ఆకాశము. భవ్యవృష్టి = శుభములవృష్టి, శ్రేష్ఠమైన వర్షము.

14. ఇందు కవితంత్రియైన కేశవయ్య శ్రీకృష్ణుడుగ రూపింపబడెను.

26. ఈ పద్యము ఈ కవి యనర్గళకవితాశైలి కుదాహరణము.

28. రుట్ + నియోగము = కోపముతోడి యాజ్ఞ. క్షత్త = సారథి.

29. మూడవపాదమందలి తచ్ఛబ్దమునకు మొదటి పాదమందలి 'ఖగసమ్రాట్టు'తో నన్వయము. ఈ రీతిని సమాసమధ్యమున తచ్ఛబ్దసంయోజనము ఈ రచనయందలి యొక ప్రత్యేకత. చూ: I–43, III–30, IV–135, VI–71.

30. నాల్గవ చరణమున 'తామాని' కి బదులు 'తానూని' అని యుండిన క్రమ భంగము కాకుండెడిది.

32. ద్విజరాజు=చంద్రుడు, గరుడుడు. హరిరాజు=ఉచ్చైశ్శ్రవము, సింహము.

33. పూర్ణ పౌరుషము=నిండు మగతనము. శివుడు అర్ధనారీశ్వరుడు కాన పరిపూర్ణ పౌరుషము లేదనుట సూచితము.
అవి+పక్షపాలుడు=పర్వతముల ఱెక్కలను ద్రోచినవాడు.
అ+విపక్ష పాలుడు=నిశ్శత్రుకముగా పాలన మొనర్చినవాడు.

37. నిజమగు=తమయొక్క. సడలి=సడలించుకొని (ప్రేరణార్థము).

39. కేతువు=కేతుగ్రహము, పతాక. హరిరశ్మి=సూర్యకిరణము, గుఱ్ఱముల పగ్గము
చక్ర సంయుక్తి=చక్రవాకములతో కూడిక, రథచక్రములకూడిక.
రాజు=చంద్రుడు, రథికుడు.
సూతజశక్తి=కర్ణుని శక్తి, సారథియొక్కబలము.
విజయ+ఆశ్రయత=అర్జునుని యాశ్రయము కలిగి యుండుట, విజయమునకు ఆశ్రయమైయుండుట.
శరధి సమృద్ధి=నిండుగనున్న సముద్రము, అంపపొదుల యతిశయత్వము.
కలశజశ్రీ=అగస్త్యుని పెంపు, శిఖరములందలి స్వర్ణకలశముల శోభ.
ఈ పురవర్ణనమునందువలెనే చతురంగబలములప్రసక్తి వచ్చిన స్థలములయందెల్ల ఈ కవి రథములను, గజ తురగములకు పిమ్మట తృతీయ స్థానమున పరిగణించి యున్నాడు. చూ: VI–26, 57.

41. ఇందు దేవతలు నటన్మృగీవిలోచనల మనోజ్ఞ గానములకు వివశీకృతాంగులై వారలను తెప్పలార్పక కాంచినట్లు వర్ణింపబడినది. ఆ క్రమమున వారు మొదట 'లేఖులు' పిమ్మట 'అనిమిషులు' కావలసియుండ 'అనిమిష లేఖనామవహు'లైనట్లు వ్యత్యస్తముగా చెప్పబడుటచే క్రమభంగము వాటిల్లినది.

42. ఇందు శశిరేఖాద్యప్సరసల నామములపై సొంపగుశ్లేష ఘటింపబడినది

45. కలువ + పేరు + ఆస = కలువలదండ యందలి కోరిక.
కలువ + పేరాస = కలియవలెనను గొప్పకోరిక
'కలువు' అను దేశ్య క్రియకు 'కలియుట' అను వర్థమున ప్రయోగము.
"రారాపులేల చేసెదు, రారా నమఁ గలువఁ గలువ రారా మేడల"—సారంగ
ధర చరిత్రము, 2 వ ఆశ్వాసము — 128 వ పద్యము.

46. నల్లకలువలు హంసలకు ద్వేష్యములనుట యొకానొక కవిసమయము.

48. గోపాలకుడు = బ్రహ్మ. ఇంద్రుడు, భూపాలుడు.

49. దర్పకుడు = మన్మథుడు, గర్వించినవాడు
దానవ + అరిలీల = దనుజులకు శత్రువై విలసిల్లుట.
దాన + వారిలీల = దానజలముయొక్క విలాసము.
ధర్మము = ధర్మగుణము, కోదండము.
ఆశ్రయ + ఆశా + ఆస్పదము = ఆశ్రయమనెడు ఆశను కల్గించునది.
ఆశ్రయాశ + ఆస్పదము = అగ్నికి నెలవు (అగ్నిసదృశము).

55. శతకోటి = నూఱుకోట్లు, వజ్రాయుధము.
కుచధర + ఆననములు = ధరముల (పర్వతముల) వంటి స్తనముల మొనలు,
కుచములనెడు పర్వతముల మొనలు (శిఖరములు).

71. కాండము = క + అండము = బ్రహ్మాండము.

76. శంబరము = ఒకజాతి జింక, నీరు.

83. వార్వాహవాహుడు = మేఘవాహనుడు, (ఇంద్రుడు).

ద్వితీయాశ్వాసము

5. మలయానిలుడు మన్మథునకు రథము (వాహనము). చూ : 14 వ పద్యము.

7. కంకణములు = నీటిబిందువులు (కం = నీరు), కడియములు.
జాతివిహీనత = జాజిపూవులు లేకుండుట, కులము చెడుట. వసంతకాల
మున జాజులుండవనుట సూచితము. చూ: IV — 109.

9. అవాక్పతి = దక్షిణ దిశాంగన, వాక్కు లేనిసతి.

13. శేఖర తుమ్మెదల గానమున కాకృష్టములగుట యొకానొక కవిసమయము కావచ్చును.

16. ఎడతెగకణ — అకప్రత్యయముపై నుగాగమము ఇట్లే పలుతావుల చేయబడు టచే విది యీకవికిష్టమనియే గ్రహింపవలసియున్నది.

18. ప్రాసయతి చెల్లునిమిత్తము 'సాగించఁబూని' యని ప్రయోగింపబడినది. లేనిచో ఆగమ చకారమునకు పకార మాదేశమై 'సాగింపఁబూని' కావ లయు. ఇట్టి సందర్భములలో గొందఱు పూర్వకవులును ఇట్టి ప్రయోగ ములు చేసియున్నారు. ఉదా:- 'పఱచవై సంతోషపఱచవైతి' పాండు రంగ మాహాత్మ్యము—ఆశ్వా. 3, పద్య. 36.

19. అగమశిఖా = చెట్లకొనలు, ఆగమశిఖా = ఉపనిషత్తులు.
బహులతా = అనేకలతలచే, ఆధిక్యముచే.
పల్లవరాగము = చిగురుటాకుల యెఱ్ఱదనము,
పల్లవ(వల్లవ) రాగము = గోపికల యనురాగము.
పలాశము = ఆకు, పలాశుడు = మాంసభోక్త (రాక్షసుడు).
సుమనోవ్రజము = పుష్పసమూహము, దేవతలసమూహము.
విప్రయోగి + తాప + సహితంబు = భార్యావియోగమునొందినవారితాపముతో కూడినది.

విప్ర + యోగి + తాపస + హితంబు = విప్రులకు, యోగులకు, తాపసులకు హితకరమైనది.

23. అసిధేనువు = చురకత్తి.

27. ఇందు 'ఒప్పులకుప్ప' యనునది స్త్రీ సమము. ఇది పురుషుడగు ప్రద్యుమ్ను నకు విశేషణముగా కూర్పబడినది.

31. ద్వితీయ చరణమున తక్కినచోట్లయందువలెనే 'కేరెడునార' యని పూర్ణక్రియ యుండినచో శైలి సమతాగుణము కలదగును.

44 రెండవపాదమున 'శ్రీధరుని వీర్యముచేత' అనుట కొంచెము జుగుప్సా వహమే కాని, యతి స్థానమగుట కవి కక్కుఱితిపడి యుండనోపు.

'ధారుణి' శబ్దసాధుత్వముపై నెంతచర్చ యున్నను ప్రామాణికులు పెక్కురు ప్రయోగించి యుండుటచే నట్లే గైకొనబడినది.

53. సూర్యుడు మిథునరాశియందు ప్రవేశించుటతో గ్రీష్మర్తు వారంభమగు నను జ్యోతిశ్శాస్త్రవిషయ మిందు నిబంధింపబడినది.

55. ఈ సీసమున ప్రతిపాదముయొక్క ఉత్తరార్థమునగల 'తత్' శబ్దము పానాది యందలి నామవాచకముతో నన్వయించుచున్నది.

తత్ + జ = ఆ తపనుని కుమారుడు—యముడు.

తత్ + తురగము = ఆ పడమటిగాలి వాహనము—హరిణము.

తత్ + సఖుడు = ఆ దావాగ్నికి మిత్రుడు, స్పర్శనుడు—వాయువు.

(6 వ పంక్తియందు 'తత్పరి'స్థానమున 'తత్సఖ' యని చదువుకొన వలెను.)

తత్ + ప్రియము = ఆ చందదీధితికి ప్రియమైనది (కంజవనము).

తత్ + నికాయ్యము = ఆ అర్యముని (సూర్యుని) యిల్లు. అనగా సూర్యునకు స్వస్థానమైన సింహరాశి (జ్యోతిర్విషయము).

ప్రత్యనీకాలంకారమున కీ సీసపద్యము ప్రకృష్టోదాహరణము.

56. కవి యిందు మహోరగములను మేఘములుగను, మరీచికలను తరంగిణులుగను, వహ్నికీలలను మోదుగు పూవులుగను, బంధూకములను అగ్నికణములుగను, భూమి ప్రీలిన నెరియలను సర్పభేదములుగను రూపించి యున్నాడు.

61. ఇందలి 'పాశ్చాత్య సంయుక్తి' యను సమాసము నీ కవి సాభిప్రాయముగనే ప్రయోగించి యుండనోపు. మనదేశమున పాశ్చాత్యుల కుట్రలు బహిరంగముగా తెలియనగు కాలమున నీరచన జరిగియుండుననుట కిదియు నొక నిదర్శనమే.

62. తపము = గ్రీష్మము.

63. "కూపోదకం వటచ్ఛాయా
కాంతాయాః స్తనమండలమ్,
శీతకాలే భవే దుష్ణ
ముష్ణకాలే తు శీతలమ్."
అను శ్లోకభావ మిందనుసంధేయము.

65. శేషుడు వాతాశనుడు. వాయువు సూర్యకిరణతాపముచే వేడెక్కియుండెను. కావున సూర్యుని గ్రసించుటకై స్వజాతీయుడగు రాహువును బంపి, తత్ఫలితముగా చల్లనైన వాయువును కబళించు నిమిత్తము ఆ సర్పరాజు తన పడగల నొక్కొక్కటిని పైకెత్తుచున్నాడో అన్నట్లు ఉన్నాళ నాళీకములు ఒప్పెను.

68. పలాశిసంతతి = రాక్షస సమూహము.
పలాశి సమితి = వృక్షసముదాయము.

72. చక్రమాణ = విహరించుచున్న. ఇది వైదిక ప్రయోగము.

ప్రమాణము:- "ఋతస్య సానావధి చక్రమాణా
రిహంతి మధ్వో అమృతస్య వాణీః"

ఋగ్వేదము–X—123—3.

ఈ కవిగద్యము బాణుని కాదంబరీ గద్యశైలిని బోలి అలంకారికముగా నలరుచుండును.

77. 'చొచ్చు' ధాతువునకు 'ముత్తు' పరము కాకున్నను ఇందలి 2వ పాదమున 'చొరు' ఆదేశము కావింపబడి యున్నది. చూ: III–74.

82. కృత్ + లగ్న + ఆత్ముడు = కార్యమునందు లగ్నమైన మనస్సుకలవాడు.

89. జగత్ + కృత్ = బ్రహ్మ, గురుడు = తండ్రి (బ్రహ్మతండ్రి విష్ణువు.)

91. రుట్ + శుక్రము = కోపమనెడి యగ్ని.

95. జల్లిలవ్రాల — ఇచ్చట 'వ్రాల' కు బదులు 'రాల' యుండిన బాగుండెడిదేమో.

96. దుర్వృత్తసమవర్తిలోకములు = దుర్వృత్తులనగా దుర్మార్గులు, సమవర్తి లోకములన భిన్నభిన్న పాపములకై యేర్పడిన భిన్నభిన్న నరకములు. ఆయా దుర్వృత్తులకు అర్హములైన నరకలోకములని భావము.

99. అబలా + ఆకృతిహరుడు = త్రిపురాసురుల భార్యల ఆకృతులను హరించినవాడు—బుద్ధావతారము. చూ: IV—23.

ఈ యైతిహ్యప్రసక్తి కృష్ణశతకమందలి యీ క్రిందిపద్యమునను గలదు;

"త్రిపురాసురభార్యల నతి
నిపుణతతో వ్రతముచేత నిల్పితి కీర్తుల్
కృపగల రాజవు భళిరే!
కపటపుబౌద్ధావతార ఘనుడవు కృష్ణా!"

కృష్ణ—45 వ పద్యము.

100. దుగ్ధయాదఃప = పాలసంద్రము.
సిత + అంభః + శయ = తెల్లనినీటి(పాలసంద్రము) పైని శయ్య (శేషుడు).
ఈశ = ఈశ్వరుడు.
ఆత్మభూభూ = బ్రహ్మమానస పుత్రుడగు నారదుడు.
గజద్విట్ = సింహము.
సుధాంధః + హయము = దేవతల గుఱ్ఱము = ఉచ్చైశ్శ్రవము.

తృతీయాశ్వాసము

10. 'ఘట్టనోద్గమా చంచల' అనియుండిన అర్థము సుగమమయ్యెడిది.

17. హరిణసాలము = తెల్లనిచెట్టు (కల్పవృక్షము).

35. వధూజనంబు.........డాగిరయ్యెడన్—ఇందు విశేష్యము అమహద్వాచక—ఏకవచనమున నుండ, క్రియ మహద్వాచక బహువచనమునందున్నది. ప్రౌఢవ్యాకరణము—శబ్ద పరిచ్ఛేదము—17 వ సూత్రముచే దీనిని సాధింపవచ్చును.

38. 'ఇంపుతోఁ జేతి కందించుచుండ' ఈయతి అప్పకవి చెప్పిన భిన్న, పెఱ యతుల క్రిందకు రాదు. పూర్వకవిప్రయోగములే దీని సాధుత్వమును నిర్ణయించును.

53. ఉత్తరాసంగము = ఉత్తరీయము.

54. అంచితున్ = అర్చితున్.

60 ఈ వచనము మూడవపంక్తిలో 'నమస్కరించి' తరువాత 'తనవృత్తాంతంబు వివరించి' యను పదములు చేర్చి చదివిన బాగుండును.

63. తరణి హరిఁజేర=సూర్యుడు సింహమును (సింహరాశిని) చేరగా. సింహరాశి సూర్యునకు స్వస్థానము అది వర్షర్తు ప్రారంభమును సూచించును. వర్షర్తువు పైవాని ప్రతిభ నడంచును.

71. చేతుఁగాక=ఇది యసాధువే. సమకాలపు ప్రభావముచే కవి దీనిని ప్రయోగించెను.

76. ఇందు 'హసంతిక' అను నాహ్వాయ మొక్కటియే కాన ''హసంతికాహ్వాయ మదేటికిఁ గల్గును' అనియే యుండదగును.

85. ఏల నాఖలుడు='ఏల' యను నవ్యయమును పెక్కురు కవులు ద్రుతాంతముగ ప్రయోగించి యున్నారు.

99. జలద + (అవసర) ఉష్ణ + అవసర + అప్రకాశిత తనులు=వర్షఋతువునందు, గ్రీష్మఋతువునందు ప్రకాశింపని శరీరములు కలవారు: చంద్రుడు, మన్మథుడు.

100. కరకలు=వడగండ్లు—రాత్రివేళల పడుట కలదేమో విచార్యము.
ఇందలి 10 వ పంక్తిలోని 'కృశ్యమాన' లోని 'శానచ్' ప్రత్యయము ఆత్మనేపద ధాతువులందే వచ్చును. 'కృశ్' ధాతువు పరస్మైపదిగానే కన్పించును. కావున నిది 'భావే' ప్రయోగము కావచ్చును.

104. వనితుడు=పూజితుడు. 'వన్' ధాతువునకు 'క్త' ప్రత్యయము.

చతుర్థాశ్వాసము

7. మనుభంగము=మంత్రవ్వ్రాదుల భంగము.

11. వెన్నియల=వెన్నెల యనునర్థమున ప్రయుక్తము. ఇది 'వన్నె, కన్నె' లు వన్నియ, కన్నియ లైన సామ్యమున ప్రయుక్తమైనది.

13. 12, 13 పంక్తులలోని 'దిత్యంబుజాతేక్షణా గర్భవిస్రావణోపాయ నైపుణ్య' అను సమాసమున దితిగర్భస్థశిశువును సంహరించునుపాయమును ఇంద్రునకు సూచించిన గాథ అనుసంధేయము.
కొండము=బ్రహ్మాండము—చూ: 1-71. వసుచరిత్ర, I-164.

సహస్రస్ఫుటాచ్ఛాయ లీలా = 'ఛాయాబాహుళ్యే' అను సూత్రముచే 'ఛాయా 'శబ్దము హ్రస్వాంతమైనది.

17. కర్తను అప్రధాన స్థానమున నిల్పుట, అధికపద వ్యవధానముచే క్రియతో దూరాన్వయము కల్పించుట – ఈ గ్రంథమున పెక్కుచోట్ల కాన్పించును.

24. దుష్టకీకటులు = దురాశా పూరితులగు దుష్టులు (లోభులు).

31. 'మానవా మౌళితోవర్ణ్యాః' అను నియమ మిట పాటింపబడినది. చూ: వసుచరిత్ర, II-27.

33. కరపత్రము = అంపము.

42. హృచ్ఛయుడు = మన్మథుడు.

46. విరక్తి = విశేషమైన రక్తి, ఎఱ్ఱదనము.
వల + అళ – అను విభజనమున యతిమైత్రి చెల్లినది. ద్వ్యర్థులలో నీ పద్ధతి సామాన్యము.

50. చాకచక్యము = మెఱుగు.

57 కుచజితనగ + ఘట + అరి = కుచములచే జయింపబడిన కొండలు, కుండలు, జక్కవలు కలది. చూ: వసుచరిత్ర, I-98.
అప్ + అటము = నీటిలో చరించునది.

63. దాఁచఁగా – 'దాఁపఁగా' అని యుండదగును.

75. కాశ్యపిన్ + అమరె = ఈ ద్రుతసంశ్లేషము పాదాంతమందలిది. ఇది పాదమధ్యమున ఘటిల్లనందున దీనిని అప్రామాణికముగా గ్రహింపరాదు. ఇది ప్రౌఢవ్యాకరణము: సంధి, సూ. 3 చే సాధింపబడుచున్నది.

76. నీల + అంబరత్వము = నీలమేఘములచే నావరింపబడిన ఆకాశముయొక్క భావము.

78. సంతతి = సమూహము

82. శ్వైత్యము = శ్వేతత్వము(తెల్లదనము).

84. 3 వ పాదమున 'తగుఁజంద్రహాస' మనియుండిన వర్ణావగతి సుకరము.

92. నిలనేరక — చూ: బాలవ్యా: క్రియా. సూ. 101.

98. మల్లెతీవకు క్షీరము దోహద క్రియ యగునేమో విచార్యము.

103. ఇందు 'హరించెఁ' అను క్రియ సందర్భోచితముగ లేదు

106. అర్థము సులభముకాదు.

111. ఇందు హంసలు, చక్రవాకములు మున్నగునవి భ్రాంతినొంది సంః లించుట ప్రకరణము. కాని నాలుగవ పాదమునను, ఎత్తుగీతియందున ఆ క్రమము తప్పియుండుట గమనార్హము.
సంగ్రసన + ముదా + ఆగతము = మ్రింగఁబలెనను సంతోషముతో అరు దెంచినది. ఇది 'అలుక్' సమాసము.

115. నిజమహః + అచల ధర్మ స్ఫురణము = తన స్థిరమైన వింటియొక్క స్ఫూర్తి, (మన్మథుని చెఱకువింటి స్థైర్యము)

116. ఇందు 3 వ పాదమున క్రమభంగము. 'ఇభరాజగమన'ను 'కుంజరాశ నాశ్రయము'న కేగకుండ వారింప వలసిన భీతిహేతువు కన్పింపదు. ఎత్తుగీతిలోని సంబోధనములు క్రమముగా—బ్రహ్మ, విష్ణువు, పార్వతి, లక్ష్మి, అనునర్థాంతరములను స్ఫురింపజేయుచు, రుక్మవతి అయా చెట్లకడ కరుగుటకు ఏర్పడిన భయహేతువులను పరిహరించుచున్నవి.

119. ప్రియమ్ము + అయమ్ము = ప్రియమును, శుభావహమునునైనది.
ఎదఁ + ముదమ్ముగ = ఎదమ్ముదమ్ముగ,
వనమ్మునన్ + ముదమొసగి = వనమ్మునమ్ముదమొసగి.
ఈ ప్రయోగములు 'కమ్మని లతాంతములకుమ్మొనసి' (నన్నయ) వంటివి.
చూ: ప్రౌఢవ్యా: సంధి. సూ. 22.
అంచ యంచలఁ = హంసకు దగ్గఱగా.
తా + నదానద రీతి = తానొక నదరుబోతువలె.
ఊర్మికా + ఆవళి = తుమ్మెదల ఝుంకారము (విశ్వకోశము).
ఆభ = కాంతి.
6 పాదమున 'కరము కరముల' అని బహువచనాంతముగ నుండిన ఆలింగనమనెడు దోహదక్రియ స్పష్టముగా గోచరించును.

123. 4 వ పంక్తియందు—తటనికట "పూగీఫల నాగవల్లీ దళంబులు" పూగీఫల నాగవల్లీ దళంబులను—అని పఠింపవలెను. తలక్రిందుకామాలలోని భాగము వ్రాయసకాని పొరపాటువలన తాళపత్రమున వ్రాయబడలేదు.

146. మేధావీ + ఈట్ = మేధావుల స్తుతులు.

పంచమాశ్వాసము

4 ఈ సీసములోని 3, 4 పాదములయందు అతపత్రభావితమై, భ్రాంత్యాపారక మైన వస్తువు పై పాదములలోవలె వాచ్యముగావింపబడలేదు. 4 వ పాదమున భ్రాంతులగు ఋషుల స్థానమున నే యాటవికులనో నిల్పియుండిన స్వాభావికమై తనరెడిది.

5 హరి = సూర్యుడు. ద్వారకానగరము పశ్చిమదిశయందున్నది గాన శ్రీ కృష్ణుడుకూడ కావచ్చును.

8. అహః + (ఇతి) అవనీశః = అహరవనీశః, పగలనెడురాజు, ప్రబలశ్చ అసౌ అహరవనీశః = ప్రబలాహరవనీశః — అని విగ్రహ వాక్యము. వాత + అట + పటము = గాలిలో చలించుపటము—గాలిపడగ.

14 మూడవపాదమున 'లేనలి' యనియుండిన అర్థము సుగమము.
నలి = రుగ్మత, లేత + నలి = లేనలి.
ఇందలి మందేహాది దానవులను గూర్చిన యైతిహ్యము 84 వ పద్యముకడ చూడదగును.

16. జారవనజదృక్ = జారస్త్రీల

24. ఈ వచనము సుబ్బరాయకవి రచనాశిల్పమునకు, శైలికి రమణీయోదాహరణము ఇది అనావశ్యక పదాడంబరములేక అర్థవంతమై, అనుప్రాస విన్యాస మధురిమచే అందగించినదై, సుదీర్ఘమయ్యు సుశ్రావ్యమై, 'గద్యం కవీనాం నికషం వదంతి' అను సూక్తికి లక్ష్యమై సొంపారుచున్నది. ఇందలి 108 వ పుట 10 వ పంక్తిలో 'గిన్నియమ్మిన్నయై' యని యుండదగును.

26. సుకవిమైత్రి = శుక్రునితోడి మైత్రి
శుక్రునకు చంద్రుడు శత్రువనుటకు ప్రమాణము :—
"సౌమ్యార్కౌ సుహృదౌ, సమౌ కుజ గురూ, శుక్రస్య శేషావరీ"
బృహజ్జాతకము-ద్వితీయాధ్యాయము, శ్లో॥ 17.

31. మధుసూదనోదరము ప్రచ్చినరీతి = ఇందలి పూర్వగాథ పరిశీలింపదగి యున్నది.

35. 4 వ పాదమున 'మనోహితుడౌట' అను సమాసములో రెండవ యర్థమున అవగ్రహపుగుర్తు అధ్యాహార్యము.

42. సత్ + భజనము = సత్-అనగా నక్షత్రము, అవి యుండునది గాన లక్ష్యార్థమున సత్-అనగా ఆకాశమనెడు భావార్థమును గైకొనవలెను అట్లైన మన్మథ రథము సద్భజనము గాంచుట సరిపోవును

47. 'తజ్జాల' = ఉచ్చారణ ధర్మము ననుసరించి యిందు 'ద' కారము వదలబడినది.

59. అతనువిజృంభణ = తనువు లేకయే విజృంభణము, అధికముగా విజృంభణము.
అంజనాశ్రయస్థితి = అంజనాదేవికి ఆశ్రయుడై యుండుట, అంజనమునకు (కాటుకకు) ఆశ్రయమై యుండుట. శంబరోద్గమ విలాసుడు = జింకపై పయనించు వేడుక కలవాడు, నీటినుండి (బడబానల రూపమున) ఉద్గమించువాడు.

63. ఈగుట = ప్రవేశించుట.

66. అచలాగ్రయోగము = పర్వతశిఖరములందు కూడియుండుట. లంబినీ యోగము.

67. రామ = వల్లవిది, స్త్రీ.
పంచమము = పంచమస్వరము, కోయిల, ఇంపైనది.
పికములు రమ్యరామైక, (ఐదక్షరముల) శబ్దపరములు—అనగా వల్లవిపై, మనోజ్ఞములైన పక్షులలో ఏకైకములు—శ్రేష్ఠములు. కావుననే అవి 'పంచమ శబ్దాప్తి'చే అనగా పంచమ స్వరముచే, లేక 'పంచమములు' అను

నామముచే అలరుచున్నవి. అట్టిచో 'రమ్యరామైక' శబ్ద పరత్వమొందిన—అనగా మనోజ్ఞలగు రామామణులలో ఏకైకము—శ్రేష్ఠము—అని ఖ్యాతి గనిన రుక్మవతి 'అలఘుపంచమశబ్దాప్తి'చే=మిగుల ఇంపైన కంఠస్వరము కలిమిచే అలరారుట అచ్చెరువైన విషయము కాదని సారాంశము.

83. అరుణత=సూర్యత్వము, (ఎఱ్ఱదనము).
ఉదయమున 'అరుణత' నొందు బ్రహ్మను మోయు రాజహంసము, సాయం వేళ 'అరుణత' నొందు విష్ణువును మోయు గరుడుడును, ఎల్లవేళల అరుణ శిఖావతంసములగు కుక్కుటములకు పదములు కావని తాత్పర్యము. ఆయా వేళలందు బ్రహ్మ విష్ణుల 'యరుణత'కు ప్రమాణము:—

"బ్రహ్మస్వరూప ముదయే
మధ్యాహ్నే తు మహేశ్వరమ్,
సాయం ధ్యాయే త్సదా విష్ణుం
త్రిమూర్తిం చ దివాకరమ్."

84. 3 వ పాదము:— మందేహాది రాక్షసులు సూర్యునిగతి కవరోధము కల్పించుచుందురనియు, విప్రులు సంధ్యాసమయమున నర్పించు అర్ఘ్యజలముల కణములే వజ్రతుల్యములై ఆ మందేహాది రాక్షసులను "మందేహారుణ ద్వీపముల" బడనడుచు చుండుననియు నిందలి పూర్వగాథ. ఈక్రింది సంధ్యా వందన మంత్రభాగ మిందులకు ప్రమాణము:—

"ఏతే బ్రహ్మవాదినః పూర్వాభిముఖా స్సన్ధ్యాయాం గాయత్రియాఽ
భిమన్త్రితా ఆప ఊర్ధ్వం విక్షిపన్తి తా ఏతా ఆపో
వజ్రీభూత్వా తాని రక్షాగ్ంసి మన్దేహారుణేద్వీపే ప్రక్షిపన్తి."

యజురారణ్యకమ్, ద్వితీయప్రశ్నః—ద్వితీయానువాకః.

చూ: వసు చరిత్ర, IV-15.

87. చూ: 83 వ పద్యము. దానితోపాటు "దినాంతే నిహితంతేజః సవిత్రేవ హుతాశనః" అను రఘువంశ శ్లోక భాగమిట స్మర్తవ్యము.

95. శక్తిధరసూ=కుమారస్వామిని కన్నయతడు, శివుడు. ఇది 'కర్ణసూ' వంటి ప్రయోగము. కర్ణసూ=సూర్యుడు. (Monier williams.)

www.ingramcontent.com/pod-product-compliance
Lightning Source LLC
LaVergne TN
LVHW020119220825
819277LV00036B/507
* 9 7 8 1 0 2 2 2 3 5 7 8 6 *